J'apprends le wolof

ISBN : 2-86537-287-1

Jean-Léopold Diouf et Marina Yaguello

J'apprends le wolof

Damay jàng wolof

Éditions KARTHALA
22-24, boulevard Arago
75013 Paris

OUVRAGES DE MARINA YAGUELLO

Les mots et les femmes, Payot, 1978.
Alice au pays du langage, Le Seuil, 1981.
Les Fous du langage, Le Seuil, 1981.
Catalogue des idées reçues sur la langue, Le Seuil, 1988.
Le sexe des mots, Belfond, 1989.
Histoire des lettres, Le Seuil, 1990.
T'ar ta gueule à la récré !, Le Seuil, 1991.
Grammaire exploratoire de l'anglais, Hachette, 1991.
En écoutant parler la langue, Le Seuil, 1991.

REMERCIEMENTS

Nous remercions très chaleureusement tous ceux qui ont contribué à la réalisation de cette méthode d'apprentissage du wolof. Nous sommes redevables en particulier au ministère français de la Coopération qui a bien voulu en financer la réalisation.

Nos remerciements vont aussi à Monsieur Jean-Charles Trotobas, ingénieur au laboratoire de langues de la faculté des Lettres et Sciences humaines de l'Université de Dakar, pour sa collaboration technique, à Madame Marthe Coly Diédhiou du Centre de Calcul de l'Université de Dakar, qui a assuré la saisie du premier manuscrit, et au directeur du C.L.A.D. pour sa disponibilité sans réserve.

Introduction

1. Conception du manuel

Ce livre est une méthode d'apprentissage du wolof, langue étrangère, pour les francophones. Il est destiné aux résidents, aux coopérants, aux hommes d'affaires et aux touristes. Il pourrait également s'avérer utile aux enseignants en langues nationales, ou à toute autre personne désirant avoir une meilleure connaissance de la langue wolof.

La méthode est surtout conçue pour un apprentissage guidé. Toutefois, il est possible de l'utiliser individuellement. Dans un cas comme dans l'autre, on ne saurait trop recommander à l'apprenant la plus totale immersion dans des milieux l'obligeant à pratiquer le wolof.

Pour tenir compte de la variété des besoins des apprenants, nous avons choisi des thèmes aussi divers que les relations familiales, professionnelles, sociales, amicales, commerciales, civiles, etc., renfermant un lexique élémentaire, mais suffisant pour faire face à différentes situations de communication.

Par ailleurs, nous nous sommes efforcé d'assurer un équilibre entre l'apprentissage du wolof par une approche communicative et l'apprentissage du wolof par une approche analytique.

Les points de grammaire qu'on peut relever dans le manuel ont été soigneusement choisis et devraient permettre à l'apprenant d'acquérir les structures de base du wolof. Tous ces points sont expliqués dans les unités où ils apparaissent.

Des exercices écrits sont prévus à la fin de chaque unité. Leur nombre varie d'une unité à l'autre selon la difficulté des notions grammaticales à acquérir.

Tous les exercices devront être faits et ce, autant de fois que l'apprenant en éprouvera le besoin.

Pour chaque exercice, un modèle est donné. L'apprenant doit bien étudier la structure qui y est présentée, avant de formuler sa réponse. Pour cette première forme d'exercice, les corrigés sont indiqués en regard de chaque segment d'exercice. Un système de cache que l'apprenant se confectionnera lui évitera de jeter un coup d'œil à la réponse avant d'avoir fait l'effort nécessaire.

2. La place du wolof au Sénégal

Le wolof fait partie du groupe des langues dites ouest-atlantiques. Il est parlé principalement au Sénégal et en Gambie, mais également en Mauritanie.

Il y a, au Sénégal, six langues qui ont reçu le statut de langues nationales : le wolof, le sérère, le poular, le mandingue, le soninké et le diola.

Ces langues ont été retenues officiellement pour la communication dans les médias, et pour l'enseignement. Au demeurant, le français reste la langue officielle.

Parmi les six langues nationales, le wolof est la plus parlée. Il est la langue de l'ethnie wolof qui se chiffre à 2 285 000 personnes, soit 40 % de la population du Sénégal. Le domaine traditionnel des Wolof s'étend, du nord au sud, depuis le delta du Sénégal jusqu'à la latitude de Diourbel et, d'ouest en est, de la côte atlantique au désert du Ferlo.

Mais le wolof est aussi langue véhiculaire. Environ 80 % de la population le pratique sur toute l'étendue du territoire et ce, essentiellement en milieu urbain.

L'avantage que le wolof a eu sur les autres langues nationales ne s'explique pas tant par le nombre des natifs wolof ou par leur répartition géographique (Walo, Cayor, Diolof, Baol, Saloum) que par le fait que les tout premiers contacts des puissances coloniales s'effectuèrent avec les Wolof et firent de l'aire wolof le pôle d'attraction des autres ethnies. En milieu wolof, virent le jour les premiers comptoirs, et, avec eux, le bassin arachidier où se développera un commerce florissant, couronné par l'installation du chemin de fer Dakar - Saint-Louis.

Brèves remarques sur la langue wolof

Le wolof, comme beaucoup de langues africaines, est une langue à classes nominales. Ces classes (au nombre de huit au singulier et deux au pluriel) jouent un rôle comparable à celui des genres grammaticaux dans les langues indo-européennes. Chaque classe est marquée par un « indice de classe » constitué par une consonne. Cette consonne sert de base pour former l'ensemble des déterminants et des substituts du nom (articles défini et indéfini, relatifs, interrogatifs, indéfinis). Ces déterminants ou substituts se distinguent donc, pour chaque classe, par la consonne initiale, la désinence restant la même.

La ville de Dakar constitue un creuset où viennent se fondre toutes les ethnies du Sénégal et même des pays limitrophes : le wolof y subit une simplification du fait qu'il est parlé de plus en plus par des locuteurs non natifs pour qui il constitue une deuxième ou une troisième langue. Ainsi, dans sa variété véhiculaire et urbaine, la distinction des indices de classe n'est-elle pas toujours respectée. La classe – **b** (la plus productive) tend à absorber les autres. En particulier, c'est dans cette classe que s'intègrent tous les mots d'emprunt et les mots nouveaux liés au progrès et au développement. Nous nous sommes demandé s'il fallait présenter à l'apprenant la variété « pure » ou la variété « véhiculaire », que l'apprenant est susceptible d'entendre dans la rue. Nous avons opté en fin de compte pour une sorte de compromis, qui reflète assez bien l'usage moyen des wolophones natifs urbanisés. Les indices de classe sont respectés sauf pour le numéral **benn** (« un »), servant également d'article indéfini, qui tend à être seul utilisé, quelle que soit la classe.

Le repérage dans l'espace et en particulier l'opposition proche / lointain joue un rôle très important dans la langue. D'où une grande variabilité des adverbes de lieu. La notion de proche / lointain intervient également dans la détermination nominale (ainsi, l'article défini possède plusieurs formes).

Le système verbal peut dérouter encore plus les francophones. Les pronoms personnels intègrent le mode et l'aspect du verbe. C'est donc le pronom qui varie et non la base du verbe, qui reste invariable. Par ailleurs, il n'existe pas de « temps » à proprement parler, le repérage temporel s'effectuant à partir du contexte et de la situation d'énonciation. Les différentes conjugaisons (faisant varier le pronom) sont introduites graduellement dans les unités. Pour une vision d'ensemble du système, on se reportera à l'annexe grammaticale en fin de volume.

Liifantu wolof (alphabet wolof)

a, aa, à, b, bb, c, cc, d, dd, e, ee, é, ée, ë, f, g, gg, h, i, ii, j, jj, k, kk, l, ll, m, mm, mb, mp, n, nn, nc, nd, ng, nj, nk, nx, nt, ñ, ññ, ŋ, ŋŋ, o, oo, ó, óo, p, pp, q, r, rr, s, t, tt, u, uu, w, ww, x, y, yy.

Remarques

I. En wolof, certains traits caractérisant les sons constituent des éléments de différenciation entre deux mots. Ce sont essentiellement, pour les voyelles, la durée, et pour les consonnes, la force articulatoire. Ainsi, il y a opposition entre voyelle brève et voyelle longue, ou encore entre consonne simple et consonne géminée (ou consonne forte).

Ex. 1	**nit**	:	*personne*	(i bref)
	niit	:	*éclairer*	(i long)
Ex. 2	**fit**	:	*courage*	(t simple)
	fitt	:	*flèche*	(t géminé)

En réalisant les consonnes simples en position finale, le locuteur fait comme s'il cherchait à les rendre imperceptibles. En revanche, en réalisant les consonnes géminées, il doit les rendre parfaitement audibles.

Voici les correspondances phonétiques entre l'alphabet officiel du Sénégal et l'alphabet français, d'après le *Dictionnaire wolof-français* publié aux Éditions Karthala.

1) Les lettres suivantes ont la même valeur phonétique que dans l'alphabet français.

a) Consonnes

p **paaka** : couteau
b **bakkan** : nez
m **mar** : avoir soif
f **for** : ramasser
t **taw** : pluie
d **daw** : courir
n **nelaw** : dormir
s est toujours prononcé sourd comme dans *si*
suuf : sol
r est toujours prononcé roulé
rafet : être joli
l **lam** : bracelet
k **kër** : maison
g est toujours prononcé occlusif comme dans *gare*
garab : arbre

b) Voyelles

i **cin** : marmite
é **séer** : pagne

2) Les lettres suivantes ont, dans l'alphabet officiel du Sénégal, la valeur phonétique suivante :

a) Consonnes

c approximativement ce qu'on entend en français dans *ti*ens.
caabi : clé.
j approximativement ce qu'on entend en français dans *di*eu.
jabar : épouse.
ñ existe en français dans a*gn*eau.
ñaw : coudre.
x approximativement le *r* qu'on entend en français dans cher-cher (en français standard). Ce son existe en espagnol (jota) et en allemand (ach-laut).
xalam : guitare.

q n'existe pas en français ; le son le plus approchant est celui de *k* réalisé très guttural, au niveau de la luette ; ce son existe en arabe (qarib « proche »).

w existe en français dans *ou*i.
woo : appeler.
devant *i* et *e*, il est prononcé comme dans le français f*ui*te.
fas wi : le cheval.

ŋ ce qu'on entend en français dans les mots empruntés à l'anglais, comme park*ing*.
ŋaam : mâchoire.

b) Voyelles

a ce son est plus fermé qu'un *a* français mais plus ouvert que *ë*.
lal : lit.

à c'est le son *a* du français
làkk : parler une langue étrangère.

e c'est le son *è* ou *ê* du français père, tête.
set : propre.

ë c'est le son *e* du français comme dans demain.
bët : œil.

o c'est le *o* ouvert de pomme.
gor : abattre un arbre.

ó c'est le *o* fermé de b*eau*, ch*o*se.
jóg : se lever.

u c'est le son *ou* du français tr*ou*.
bukki : hyène.

III. Pour la prononciation des consonnes prénasalisées (**mb, mp, nc, nd, ng, nj, nk, nx, nt**), beaucoup de locuteurs français les font précéder d'un **é** quand ils les rencontrent en position initiale. Ceci est à éviter. Pour lire **Mbay**, ne faites pas comme si c'était **ém-bay**, mais dites **mb** + **ay**.

Voici un autre exemple avec **Samba**. Ne prononcez pas **Sam-ba**, mais **Sa-mba**.

Exercez-vous !

Waxal ca kow ! Parle à haute voix ! (*lit.* parle en haut !)

a	**lal**	lit
aa	**laal**	toucher
à	**sàngu**	se couvrir
i	**nit**	personne
ii	**niit**	éclairer
ë	**kër**	maison
e	**set**	propre
ee	**seet**	chercher
é	**wér**	être sain
ée	**wéer**	appuyer contre
o	**xol**	cœur
oo	**xool**	regarder
ó	**tóx**	fumer
óo	**tóox**	être très fatigué
u	**tur**	nom
uu	**tuur**	verser
t	**fit**	courage
tt	**fitt**	flèche
d	**Fóode**	nom propre
dd	**tëdd**	se coucher
p	**puupa**	valet, roi, dame (cartes)
pp	**dëpp**	mettre à l'envers
m	**gëm**	croire
mm	**gëmm**	fermer les yeux
n	**gën**	être meilleur
nn	**gënn**	mortier (pour piler)
l	**xal**	braise
ll	**xall**	d'un blanc cassé
r	**car**	branche
rr	**curr**	très (rouge écarlate)
f	**laaf**	aile
s	**soow**	lait caillé
c	**aca**	allez !
cc	**macc**	sucer
j	**faj**	soigner
jj	**fëjj**	ventru

ñ	**woñ**	essorer
ññ	**woññ**	compter
k	**saku**	perroquet
kk	**sakku**	être bouché
g	**sëg**	cimetière
gg	**sëgg**	se courber, se baisser
ŋ	**daŋ**	être attaché, serré
ŋŋ	**faŋŋ**	mis en évidence
x	**nax**	tromper ; calmer
q	**naq**	noyer ; bas-ventre
y	**coy**	perroquet
yy	**coyy**	très (rouge)
w	**xewi**	être à la mode (futur lointain)
ww	**xewwi**	être démodé
mb	**ëmb**	paquet
mp	**samp**	planter
nd	**ànd**	aller ensemble
ng	**sàng**	couvrir
nj	**njiit**	chef
nk	**tank**	pied
nt	**sant**	nom de famille
nx	**janx**	jeune fille
nc	**denc**	garder
b	**nëb**	être pourri
bb	**nëbb**	cacher

Variantes phonétiques

La prononciation du wolof n'est pas uniforme, et certains mots peuvent varier d'un endroit à l'autre ou d'une personne à l'autre. Voici quelques exemples :

jén	ou	**jën**	*poisson*
géj		**gëj**	*rester longtemps sans*
jénd		**jënd**	*acheter*
déglu		**dëglu**	*écouter*
leegi		**léegi**	*maintenant*
mey		**may**	*donner, offrir*

yekk	**yakk**	*servir (un plat)*
pitax	**petax**	*pigeon*
mën	**man**	*pouvoir*
boroom	**borom**	*propriétaire*

Les utilisateurs du *Dictionnaire wolof-français* (1990, par Arame Fal, Rosine Santos et Jean-Léonce Doneux, Paris, Éd. Karthala) se souviendront de cela dans leurs recherches.

Variantes graphiques

Par ailleurs, les mots se terminant par la consonne nasale + **x** se trouvent écrits consonne nasale + **q** dans le dictionnaire cité ci-dessus.

Exemples :	Dictionnaire	Manuel	
	janq	**janx**	*jeune fille*
	tanq	**tanx**	*puiser*
	xonq	**xonx**	*être rouge*
Autre variante			
	ayu-bés	**ayubés**	*semaine*

Leçon 1

Njàng mu jëkk

1 **Njàng mu jëkk.**
2 **Nuyoo.**
3 **Ci kër Omar Gise.**
4 **Mamadu Jóob (M.) ak Omar Gise (O.).**

5 M. **Salaamaalekum !**
6 O. **Maalekum salaam ! Ah ! Mamadu ! Jóob !**
7 M. **Gise !**
8 O. **Jóob !**
9 M. **Gise**[1]
10 O. **Agsil**[2] **! Na nga def ?**[3]
11 M. **Maa ngi fi rekk**[4]**.**
12 O. **Sa**[5] **yaram jàmm ?**
13 O. **Jàmm rekk.**
14 O. **Ana waa kër ga ?**[6]
15 M. **Ñu nga fa**[4]**.**
16 O. **Naka sa**[5] **jabar ?**
17 M. **Mu ngiy sant Yàlla**[4]**. Ana waa kër gi ?**[6]
18 O. **Ñu ngi fi**[4]**.**

Les appels de notes correspondent au commentaire grammatical.

VOCABULAIRE

Verbes

jàng	apprendre
nuyu	saluer
nuyoo	se saluer
sant	remercier
jëkk	être le premier
def	faire
àgg	arriver
agsi	arriver au lieu où se trouve le locuteur

Noms

njàng (m[1]**)**	leçon
nuyoo (b)	salutation
bërëb (b)	lieu
kër (g)	maison
jabar (j)	épouse
waa kër (g)	maisonnée
jàmm (j)	paix
yaram (w)	corps

1. La consonne entre parenthèses indique la classe du nom correspondant. Voir note 6 du commentaire grammatical, p. 23.

1 *Première leçon*
2 *Salutations*
3 *Chez Omar Guissé*
4 *Mamadou Diop M. et Omar Guissé (O.)*

5 M. *Bonjour !*
6 O. *Bonjour !*
7 M. *Guissé !*
8 O. *Diop !*
9 M. *Guissé !*
10 O. *Entre ! Comment vas-tu ?*
11 M. *Ça va !*
12 O. *Tu vas bien ?*
13 M. *Ça va !*
14 O. *Comment va ta famille ?*
15 M. *Tout le monde va bien !*
16 O. *Comment va ta femme ?*
17 M. *Bien, grâce à Dieu. Et les tiens, ça va ?*
18 O. *Ça va !*

Autres

ci	à, dans, sur
ana	où est, où sont
naka	comment
fi/fa	ici/là
rekk	seulement

Mots supplémentaires

jëkkër (j)	époux
loxo (b)	main
tank (b)	pied, jambe
bopp (b)	tête
nopp (b)	oreille
bët (b)	œil
bakkan (b)	nez
baat (b)	cou
gémmiñ (g)	bouche
làmmiñ (w)	langue
dënn (b)	poitrine
cant (w)	remerciement

COMMENTAIRE GRAMMATICAL

1) Dans la culture wolof il est d'usage de répéter plusieurs fois le nom de son interlocuteur lors des salutations.

2) **agsil** = impératif 2e pers. sg. de **agsi** : arriver.

Comment former l'impératif

Voici un tableau qui résume la formation de l'impératif affirmatif.

		terminaison du verbe		
		A consonne	B **i, u,** ou voyelle longue	C autres voyelles *(v)*
suffixe	sing.	- **al**	- **l**	- *v***l**
	plur.	- **leen**	- **leen**	- **leen**

Exemple de A :

wax	*parler*
waxal !	*parle !*
waxleen !	*parlez !*

Exemples de B :

indi	*apporter*	**nuyu**	*saluer*	**woo**	*appeler*
indil !	*apporte !*	**nuyul !**	*salue !*	**wool !**	*appelle !*
indileen !	*apportez !*	**nuyuleen !**	*saluez !*	**wooleen !**	*appelez !*

Exemples de C :

boole	*mettre ensemble*
booleel	*mets ensemble !*
booleleen	*mettez ensemble !*

Exceptions :

am !	*tiens !*
amleen !	*tenez !*
kaay !	*viens !*
kaayleen !	*venez !*

N.B. : Il n'existe pas d'infinitif correspondant à **kaay**.

A la forme négative, l'impératif est précédé de

bul	au singulier
buleen	au pluriel

Exemples :

bul wax !	*ne parle pas !*
buleen wax !	*ne parlez pas !*

3) **Na nga def ?** *Comment vas-tu ?*

En tant que salutation, cette construction interrogative ne s'utilise qu'aux 2e et 3e personnes. Elle signifie littéralement : *Comment as-tu fait ?*

Na a pour variante **naka.**

Sg. 1.	Pl. 1. ....
2. **na / naka nga def ?**	2. **na / naka ngeen def ?**
3. **naka la def ?**	3. **naka lanu def ?**

4) **Maa ngi fi rekk** *Ça va bien !*

Cette forme de salutation figée veut dire littéralement : « Je suis ici seulement. » On emploie cette même construction, dite présentative, pour localiser le sujet dans un espace proche du locuteur.

Sg. 1. **maa ngi fi.** *je suis ici.*	Pl. 1. **ñu ngi fi.** *nous sommes ici.*
2. **yaa ngi fi.** *tu es ici.*	2. **yeena ngi fi.** *vous êtes ici.*
3. **mu ngi fi.** *il est ici.*	3. **ñu ngi fi.** *ils sont ici.*

Si le sujet se trouve éloigné ou hors de vue, on emploie **nga** au lieu de **ngi**, et **fa** au lieu de **fi**, comme dans **ñu nga fa**, ligne 15.

Pour des raisons évidentes, le locuteur et l'interlocuteur se trouvant en un même lieu, cette opposition joue essentiellement à la 3ᵉ personne.

mu ngi fi / mu nga fa
ñu ngi fi / ñu nga fa

N.B. : Le wolof ne distingue pas le masculin du féminin ; ainsi :
mu = il / elle **ñu** = ils / elles
mu ngiy sant Yàlla. (ligne 17) *(Grâce à Dieu, ça va.)* signifie littéralement : *il / elle est là en train de remercier Allah.*

Cette construction *pronom* + **ngi** + **y** + *verbe* situe l'action dans le présent de l'énonciation. Cependant, le wolof n'ayant pas de système de temps grammaticaux comparable à celui du français, cette forme ne doit pas s'interpréter comme un temps présent.

sg.	1. **maa ngiy dem**	*je suis en train de partir* (ou) *je m'en vais*
	2. **yaa ngiy dem**	
	3. **mu ngiy dem**	
pl.	1. **ñu ngiy dem**	
	2. **yeena ngiy dem**	
	3. **ñu ngiy dem**	

maa ngiy dem « je pars » est une façon de prendre congé.

5) **sa yaram** *ton corps*
sa jabar *ta femme*

Voici comment se présente l'adjectif possessif singulier, lorsqu'il y a un seul objet possédé.

mon, ma	**sama** ou **suma**
ton, ta	**sa**
son, sa	**- am**
notre	**suñu**
votre, leur	**seen**

Exemples :

sama kër ou **suma kër** *ma maison*
sa kër *ta maison*
këram *sa maison*
seen kër *votre maison, leur maison*

Notez que le possessif « son, sa » est suffixé.

6) **ana waa kër gi ? / ana waa kër ga ?** *« Comment va la famille ? »* Littéralement : *« Où sont les gens de la maison ici ? / Où sont les gens de la maison là-bas ? »*

De même qu'on oppose **ngi** à **nga** et **fi** à **fa**, on oppose ici **gi** à **ga** dans **kër gi / kër ga. gi** et **ga** jouent le rôle d'articles définis et sont toujours postposés au nom. La consonne initiale de cet article varie suivant les noms ; le wolof comporte 10 classes nominales (8 au singulier et 2 au pluriel).

Voici des exemples des 8 classes du singulier :

kër gi *la maison*
xar mi *le mouton*
cin li *la marmite*
xale bi *l'enfant*
jabar ji *l'épouse*
suuf si *le sol*
nit ki *la personne*
fas wi *le cheval*

auxquels s'opposent les formes en **- a** correspondantes. L'opposition **- i / - a,** exprimant le proche et le lointain joue un rôle capital en wolof.

La plupart des noms pluriels appartiennent à la classe **y -**. Quelques noms (**nit :** *personne ;* **jigéen :** *femme ;* **góor :** *homme ;* **gaa :** *gens ;* **mag, magget :** *vieux*) forment leur pluriel avec **ñ**.

EXERCICES

I. L'Impératif

— Formation de l'impératif affirmatif (singulier et pluriel).
→ *Modèles*

1. **dem** *partir*	**demal !** *pars !*
	demleen ! *partez !*
2. **agsi** *arriver*	**agsil !** *arrive !*
	agsileen ! *arrivez !*

Transformer selon les mêmes modèles les verbes suivants :

jàng *apprendre*	**jàngal ; jàngleen**
julli *prier*	**jullil ; jullileen**
yóbbu *emmener*	**yóbbul ; yóbbuleen**
boole *mettre ensemble*	**booleel ; booleleen**
juboo *être d'accord*	**jubool ; jubooleen**
yónnee *envoyer*	**yónneel ; yónneeleen**
lekk *manger*	**lekkal ; lekkleen**
naan *boire*	**naanal ; naanleen**
woo *appeler*	**wool ; wooleen**
dugg *entrer*	**duggal ; duggleen**
sangu *se baigner*	**sangul ; sanguleen**
nuyoo *se saluer*	**nuyool ; nuyooleen**
foto *photographier*	**fotool ; fotoleen**
joxe *remettre*	**joxeel ; joxeleen**

II. Le présentatif : opposition entre proche (i) et éloigné (a).

→ Exercice 1
→ *Modèle*

garab gi *l'arbre*	**garab gaa ngi** *Voici l'arbre !*
garab ga *l'arbre là-bas*	**garab gaa nga** *Voilà l'arbre là-bas !*
xale bi *l'enfant*	**xale baa ngi** *Voici l'enfant !*
xale ba *l'enfant là-bas*	**xale baa nga** *Voilà l'enfant là-bas !*

Transformer selon le même modèle :

kër gi *la maison*	**kër gaa ngi !**
jàkka ja *la mosquée*	**jàkka jaa nga !**
ndox ma *l'eau*	**ndox maa nga !**
gan ga *l'hôte*	**gan gaa nga !**
jàngalekat bi *le professeur*	**jàngalekat baa ngi !**
marse bi *le marché*	**marse baa ngi !**
post bi *la poste*	**post baa ngi !**
caabi ja *la clé*	**caabi jaa nga !**
xaj bi *le chien*	**xaj baa ngi !**
suuf sa *le sable*	**suuf saa nga !**

→ Exercice 2
→ *Modèle*

ana xale bi ? *Où est l'enfant ?* **mu ngi fi !** *Il est ici.*
ana xale ba ? *Où est l'enfant ?* ***mu nga fa !*** *Il est là-bas.*

Transformer selon le même modèle :

ana leket gi ?	*Où est la calebasse ?*	**mu ngi fi !**
ana meew ma ?	*le lait ?*	**mu nga fa !**
ana borom bitig bi ?	*le boutiquier ?*	**mu ngi fi !**
ana jigéen ji ?	*la femme ?*	**mu ngi fi !**
ana safara sa ?	*le feu ?*	**mu nga fa !**
ana këf ka ?	*la chose ?*	**mu nga fa !**
ana fas wi ?	*le cheval ?*	**mu ngi fi !**
ana nit ka ?	*la personne ?*	**mu nga fa !**
ana golo gi ?	*le singe ?*	**mu ngi fi !**
ana cin la ?	*la marmite*	**mu nga fa !**

→ Exercice 3
→ *Modèle*

a) proche

mu ngiy dem Dakar / xale bi...	**xale baa ngiy dem Dakar.**
Il va à Dakar / l'enfant...	*L'enfant va à Dakar.*

b) lointain

mu ngay dem Dakar / xale ba...	**xale baa ngay dem Dakar.**

Transformer selon le même modèle :

mu ngiy bind / jàngalekat bi... *Il écrit / le professeur...*	**jàngalekat baa ngiy bind.**
mu ngiy wax / borom dëkk bi... *Il parle / le maître du village...*	**borom dëkk baa ngiy wax.**
mu ngay dellu / woto ba... *Elle retourne / l'auto...*	**woto baa ngay dellu.**
mu ngay tane / góor ga... *Il va mieux / le vieux...*	**góor gaa ngay tane.**
mu ngiy téj / borom bitig bi... *Il ferme / le boutiquier...*	**borom bitig baa ngiy téj.**
mu ngiy ñów / xale bi... *Il vient / l'enfant...*	**xale baa ngiy ñów.**
mu ngay bax / kafe ga... *Il bout / le café...*	**kafe gaa ngay bax.**
mu ngiy teer / gaal gi... *Il accoste / le bateau...*	**gaal gaa ngiy teer.**
mu ngay taxaw / taksi ba... *Il s'arrête / le taxi...*	**taksi baa ngay taxaw.**
mu ngiy tuuru / ndox mi... *Elle s'écoule / l'eau...*	**ndox maa ngiy tuuru.**

Leçon 2

Ñaareelu njàng

1 **Ñaareelu njàng.**
2 **Nuyoo.**
3 **Ci kër Omar Gise (O.).**
4 **Aliw Gise (A.) ak Mamadu Jóob (M.).**
5 **Noonu Aliw, magu Omar[1] agsi.**

6	A.	**Ah ! Mamadu ! Jóob !**
7	M.	**Gise !**
8	A.	**Jóob !**
9	M.	**Gise ! Jàmm nga yendu ?[2]**
10	A.	**Jàmm rekk Jóob !**
11	M.	**Naka say doom[3] ?**
12	A.	**Ñu ngi fi !**
12	M.	**Ana sama waay ?**
14	A.	**Bookar ?**
15	M.	**Déedéet, Suley laa wax[2] !**
16	A.	**Ah ! Suley ! Dafa dem[4] Pikin seeti[5] yaayam**
17	M.	**Bookar nag[6] ?**
18	A.	**Moom[7], tefes la dem[2]**
19	M.	**Kañ lay dellusi[2] ?**
20	A.	**Ngoon lay dellusi[2].**
21	M.	**Kon boog, maa ngiy dem !**
22	A. ak O.	**Ba beneen ; nuyul[8] ñu[9] sa waa kër !**

VOCABULAIRE

Verbes

yendu	passer la journée
wax	parler, dire
dem	aller, partir
seet	regarder, rendre visite, visiter, examiner
dellu	retourner

Noms

mag (j)	frère (ou sœur) aîné (e)
kendaay	le fait de passer la journée
doom (j)	fils, fille
waay (j)	copain
wax (j)	parole, propos
yaay (j)	mère
tefes (b)	plage
ngoon (g)	soir

Autres

noonu	là-dessus, ainsi
nag, nak	alors (en position finale)
kañ	quand ? à quel moment ?
kon boog	donc
ba beneen	à la prochaine
beneen	un autre
ba	jusqu'à

1 *Deuxième leçon*
2 *Salutations*
3 *Chez Omar Guissé* (O.)
4 *Aliou Guissé* (A.) *et Mamadou Diop* (M.)
5 *Voici qu'arrive Aliou, le frère aîné d'Omar.*

6	A.	*Ah ! Mamadou !*
7	M.	*Guissé !*
8	A.	*Diop !*
9	M.	*Tout va comme tu veux ? (Tu as passé la journée en paix ?)*
10	A.	*Oui, oui, ça va ! (En paix seulement, Diop !)*
11	M.	*Comment vont tes enfants ?*
12	A.	*Ça va !*
13	M.	*Où est mon copain ?*
14	A.	*Bokar ?*
15	M.	*Non, je veux dire Souley ! (C'est de Souley que je parle).*
16	A.	*Ah Souley ! il est allé à Pikine voir sa mère.*
17	M.	*Et Bokar ?*
18	A.	*Lui, il est parti à la plage !*
19	M.	*Il rentre quand ?*
20	A.	*Cet après-midi.*
21	M.	*Bien, je m'en vais !*
22	A. et O.	*A la prochaine ! Bonjour chez toi ! (Salue pour nous les gens de ta maison !)*

Mots supplémentaires

ndey (j)	mère
baay (j)	père
pàppa (j)	père
rakk (j)	cadet, cadette
maam (j)	grand-père, grand-mère
nijaay (j)	oncle maternel
njaboot (g)	famille (élargie)
góor (g)	homme (au sens large)
jigéen (j)	femme
guddi (g)	nuit, soir(ée)
suba (s)	matin(ée)

Pour distinguer le frère de la sœur, le grand-père de la grand-mère et le fils de la fille on ajoute **ju góor** ou **ju jigéen**.

doom ju jigéen	fille	**rakk ju jigéen**	sœur cadette
doom ju góor	fils	**rakk ju góor**	frère cadet
mag ju jigéen	sœur aînée	**maam ju jigéen**	grand-mère
mag ju góor	frère aîné	**maam ju góor**	grand-père

COMMENTAIRE GRAMMATICAL

1) **magu Omar** *le frère aîné d'Omar.*
u introduit un complément de nom. Il est parfois omis, comme dans **kër Omar** ou **waa kër.**

2) **Jàmm nga yendu ?** *(En) paix as-tu passé la journée ?*
Cette construction s'emploie lorsque le complément est placé en tête de phrase et donc mis en relief ; de même, ligne 15 : **Suley laa wax** *(C'est de) Suley (que) je parle*, et ligne 18 : **tefes la dem** *(C'est) à la plage (qu') il est allé.*
Conjugaison en **la** (emphatique du complément).

sg. 1.	**tefes laa dem**	pl. 1.	**tefes lañu dem**
2.	**tefes nga dem**	2.	**tefes ngeen dem**
3.	**tefes la dem**	3.	**tefes lañu dem**

Ces formes expriment une action achevée au moment où le locuteur parle. Par contre dans **Kañ lay dellusi ?** *Quand revient-il ?* ligne 19, et **Ngoon lay dellusi,** *C'est ce soir qu'il rentre*, ligne 20, la présence d'un suffixe **-y** indique que l'action n'est pas encore accomplie. On peut parler ici de futur proche. Cependant, dans d'autres contextes, les formes en **-y** (dites inaccomplies) correspondent à un présent (action en cours au moment où le locuteur parle).

sg. 1. **tefes laay dem** *C'est à la plage que je vais/vais aller.*
2. **tefes ngay dem**
3. **tefes lay dem**
pl. 1. **tefes lañuy dem**
2. **tefes ngeen di* dem**
3 **tefes lañuy dem**

* **di** est une variante du suffixe **-y** à la 2e pers. pl.

3) **Naka say doom ?** *Comment vont tes enfants ?*

Pluriel des adjectifs possessifs :

sg.	1. **samay / sumay doom**	*mes enfants*
	2. **say doom**	*tes enfants*
	3. **ay doomam**	*ses enfants*
pl.	1. **suñuy doom**	*nos enfants*
	2. **seeni doom**	*vos enfants*
	3. **seeni doom**	*leurs enfants*

4) Notez la différence entre **Pikin la dem**, *C'est à Pikine qu'il est allé,* et **Dafa dem Pikin**, *Il est allé à Pikine.*

Conjugaison en **dafa**

sg.	1. **dama dem Pikin**	pl.	1. **dañu dem Pikin**
	2. **danga dem Pikin**		2. **dangeen dem Pikin**
	3. **dafa dem Pikin**		3. **dañu dem Pikin**

Avec la marque de l'inaccompli **- y**, ces formes prennent également les sens de présent actuel ou de futur.

5) **Seeti**

Seet *voir,* **sẹeti** *aller voir,* **seetsi** *venir voir.* On retrouve ce même **- si** dans **dellusi** *revenir à son point de départ.*

6) **Bookar nag ?** *Et Bokar ?*
Aliw ak Omar *Aliou et Omar.*

ak, lorsqu'il ne relie pas deux mots, est postposé sous la forme **nag**.

7) Pronoms libres

man	*moi*	**ñun**	*nous*
yow	*toi*	**yeen**	*vous*
moom	*lui ; elle*	**ñoom**	*eux ; elles*

8) **Nuyul ñu sa waa kër !**

Dans **nuyul**, la marque **- l** n'est pas celle de l'impératif comme on pourrait le croire. En effet, celle-ci tombe au singulier devant un pronom, **Indil téere bi !** *Apporte le livre !* donne **Indi ko !** *Apporte-le !*

Nuyul Omar ! *Salue Omar !* donne **Nuyu ko !** *Salue-le !*

Cette marque **- al** qui apparaît dans le dialogue ligne 22, de même forme que celle de l'impératif, est celle du bénéfactif. Elle signale que l'action est effectuée au bénéfice de quelqu'un.

Comparez :

Nuyul Omar ! *Salue Omar !*
Nuyu ma ! *Salue-moi !*
Nuyul ma Omar ! *Salue Omar pour moi !*

Ces deux marques sont juxtaposées en l'absence de pronoms :

Nuyulal Omar Duudu ! *Salue Doudou pour Omar !*

9) **Nuyul ñu sa waa kër !**

Pronoms personnels objet (direct ou indirect)

sg.		pl.	
1.	**ma**	1.	**ñu**
2.	**la**	2.	**leen**
3.	**ko**	3.	**leen**

Récapitulatif des formes verbales

— Conjugaison en **la** (dite emphatique du complément) :
 a) accompli : **Tefes la dem.** *C'est à la plage qu'il est allé.*
 b) inaccompli (actuel ou futur proche) : **Tefes lay dem.** *C'est à la plage qu'il va* ou *qu'il va aller.*

— Conjugaison en **dafa** (dite emphatique du verbe).
 a) accompli : **dafa dem tefes.** *Il est allé à la plage.*
 b) inaccompli (actuel ou futur proche) : **Dafay dem tefes.** *Il va* ou *il ira à la plage.*

EXERCICES

I. Le bénéfactif : Comment traduire « faire quelque chose de la part de (qqn), à la place de (qqn), pour (qqn), au bénéfice de (qqn) » ?

→ *Modèle*

Damay bind leetar (Omar). *J'écris une lettre (Omar).*
Damay bindal Omar leetar. *J'écris une lettre de la part (à la place) d'Omar.*

Transformer selon le même modèle :

Damay wut caabi ji (Musaa). *Je cherche la clé (Moussa).*
Damay wutal Musaa caabi ji.

Dafay sang xale bi (Faatu). *Elle baigne l'enfant (Fatou).*	**Dafay sangal Faatu xale bi.**
Dañuy wàcce saaku bi (Abdu). *Ils descendent le sac (Abdou).*	**Dañuy wàcceel Abdu saaku bi.**
Dangay dugal woto bi (suma jabar). *Tu rentres l'auto (mon épouse).*	**Dangay dugalal suma jabar woto bi.**
Damay togg maafe (suma gan yi). *Je prépare du mafé (mes hôtes).*	**Damay toggal suma gan yi maafe.**
Dañuy ub cin li (Astu). *Ils couvrent la marmite (Astou).*	**Dañuy ubal Astu cin li.**
Dafay fudd simis bi (jëkkëram). *Elle repasse la chemise (son époux).*	**Dafay fuddal jëkkëram simis bi**
Dangay jàpp xale bi (jigéen ji). *Tu attrapes l'enfant (la femme).*	**Dangay jàppal jigéen ji xale bi.**
Dafay foto xale yi (Astu). *Il photographie les enfants (Astou).*	**Dafay fotool Astu xale yi.**
Damay ñaw tubay (Abdu). *Je couds un pantalon (Abdou).*	**Damay ñawal Abdu tubay.**

II. L'impératif : Remplacer le nom par le pronom.

→ Exercice 1
→ *Modèle :*

Indil ganaar gi ! *Apporte le poulet !*	**Indi ko !** *Appórte-le !*

Indil ganaar gi ak mburu mi !	**Indi leen !**
Apporte le poulet et le pain !	*Apporte-les !*

Transformer selon le même modèle :

Jàngal wolof ! *Apprends le wolof !*	**Jàng ko !**
Ubbil bunt bi ! *Ouvre la porte !*	**Ubbi ko !**
Fotool suma xarit ! *Photographie mon ami !*	**Foto ko !**
Yónneel bataaxal bi ! *Envoie la lettre !*	**Yónnee ko !**
Solal simis bi ! *Porte la chemise !*	**Sol ko !**
Booleel xar yi ! *Mets les moutons ensemble !*	**Boole leen !**
Téjal bunt bi ak palanteer bi ! *Ferme la porte et la fenêtre !*	**Téj leen !**
Wool Omar ! *Appelle Omar !*	**Woo ko !**
Sànnil xeer wi ak bant bi ! *Jette la pierre et le bâton !*	**Sànni leen !**
Dugalal fas wi ak mbaam mi ! *Fais entrer le cheval et l'âne !*	**Dugal leen !**

→ Exercice 2
→ *Modèle* :

Bind / leetar bi / Omar *Écrire / la lettre / Omar*	**Bindalal Omar leetar bi !** *Écris la lettre à la place d'Omar !*

Transformer selon le même modèle :

wut / caabi ji / Musaa *chercher / la clé / Moussa*	**Wutalal Musaa caabi ji !**
sang / xale bi / Faatu *baigner / l'enfant / Fatou*	**Sangalal Faatu xale bi !**
wàcce / saaku bi / Abdu *descendre / le sac / Abdou*	**Wàcceelal Abdu saaku bi !**

dugal / woto bi / suma jabar *entrer / la voiture / ma femme*	**Dugalalal suma jabar woto bi !**
togg / maafe / suma gan yi *cuisiner / mafé / mes hôtes*	**Toggalal suma gan yi maafe !**
ub / cin li / Astu *couvrir / la marmite / Astou*	**Ubalal Astu cin li !**
fudd / simis bi / sa jëkkër *repasser / la chemise / ton mari*	**Fuddalal sa jëkkër simis bi !**
jàpp / fas wi / Musaa *attraper / le cheval / Moussa*	**Jàppalal Musaa fas wi !**
foto / xale yi / Astu *photographier / les enfants / Astou*	**Fotoolal Astu xale yi !**
ñaw / tubay / Abdu *coudre / pantalon / Abdou*	**Ñawalal Abdu tubay !**

→ Exercice 3
→ *Modèle* :

Bindalal Omar leetar bi ! *Écris la lettre à la place d'Omar !*	**Bindal ko leetar bi !** *Écris la lettre à la sa place ! (lit. Écris-lui la lettre !)*

Transformer selon le même modèle :

Wutalal Musaa caabi ji ! *Cherche la clé pour Moussa !*	**Wutal ko caabi ji !** *Cherche la clé à sa place !*
Sangalal Faatu xale bi ! *Lave l'enfant pour Fatou !*	**Sangal ko xale bi !**
Wàcceelal Abdu saaku bi ! *Descends le sac pour Abdou !*	**Wàcceel ko saaku bi !**
Dugalalal suma jabar woto bi ! *Rentre l'auto pour ma femme !*	**Dugalal ko woto bi !**

Toggalal suma gan yi maafe ! *Prépare du mafé pour mes hôtes !*	**Toggal leen maafe !**
Ubalal Astu cin li ! *Recouvre la marmite pour Astou !*	**Ubal ko cin li !**
Fuddalal sa jëkkër simis bi ! *Repasse la chemise pour ton époux !*	**Fuddal ko simis bi !**
Jàppalal Musaa fas wi ! *Attrape le cheval pour Moussa !*	**Jàppal ko fas wi !**
Fotoolal Astu xale yi ! *Photographie les enfants pour Astou !*	**Fotool ko xale yi !**
Ñawalal Abdu tubay ! *Couds un pantalon pour Abdou !*	**Ñawal ko tubay !**

III. Mise en évidence du complément

→ *Modèle* :

Dafa jàpp sëdd. *Il a pris un barracuda.*	**Sëdd la jàpp.** *C'est un barracuda qu'il a pris.*
Dama sopp xale bii. *J'aime cet enfant.*	**Xale bii laa sopp.** *C'est cet enfant que j'aime.*
Danga fàtte sa caabi. *Tu a oublié ta clé.*	**Sa caabi nga fàtte.** *C'est ta clé que tu as oubliée.*

Transformer selon le même modèle :

Dafa agsi ci ngoon. *Il est arrivé le soir.*	**Ci ngoon la agsi.**
Dangeen bëgga dem. *Vous voulez partir.*	**Dem ngeen bëgg.**
Damay ñawlu robb. *Je fais coudre une robe.*	**Robb laay ñawlu.**

Dañuy waxaale batik. *Nous marchandons le prix d'un batik.*	**Batik lañuy waxaale.**
Dangeen di dem « Paris ». *Vous allez à Paris.*	**« Paris » ngeen di dem.**
Damay dem Ñooro. *Je vais à Nioro.*	**Ñooro laay dem.**
Dafa gis yaayam. *Il a vu sa mère.*	**Yaayam la gis.**
Dama sopp kanamam. *J'aime son visage.*	**Kanamam laa sopp.**
Dangay bind leetar. *Tu écris une lettre.*	**Leetar ngay bind.**
Dañuy wut liggéey. *Ils cherchent du travail.*	**Liggéey lañuy wut.**
Dangeen di seetaan film bi. *Vous regardez le film.*	**Film bi ngeen di seetaan.**
Dafay raxas ndab yi. *Il lave la vaisselle.*	**Ndab yi lay raxas.**
Damay roose garab yi. *J'arrose les arbres.*	**Garab yi laay roose.**
Dañuy jàng wolof. *Nous apprenons le wolof.*	**Wolof lañuy jàng.**
Dafay déglu jàngalekat bi. *Il écoute le professeur.*	**Jàngalekat bi lay déglu.**
Dañu yónnee wut xorom. *Nous avons envoyé chercher du sel.*	**Xorom lañu yónnee wut.**
Dafay defar wotoom. *Il répare sa voiture.*	**Wotoom lay defar.**
Dangeen di xaar gaal gi. *Vous attendez le bateau.*	**Gaal gi ngeen di xaar.**

Rappel : la 1re et la 3e personnes du pluriel sont identiques.

IV. Le présentatif

→ *Modèle :*

Dafa jàpp sëdd. *Il a pris un barracuda.*	**Mu ngi jàpp sëdd !** *Le voici qui a pris un barracuda !*

Dama sopp xale bii. *J'aime cet enfant.*	**Maa ngi sopp xale bii !** *Me voici qui aime cet enfant !*
Danga fàtte sa caabi. *Tu as oublié ta clé.*	**Yaa ngi fàtte sa caabi !** *Te voici qui as oublié ta clé !*

Transformer selon le même modèle :

Dafa agsi ci ngoon. *Il est arrivé le soir.*	**Mu ngi agsi ci ngoon !**
Dangeen bëgga dem. *Vous voulez partir.*	**Yeena ngi bëgga dem !**
Damay ñawlu robb. *Je fais coudre une robe.*	**Maa ngiy ñawlu robb !**
Dañuy waxaale batik. *Nous marchandons un batik.*	**Ñu ngiy waxaale batik !**
Dangeen di dem « Paris ». *Vous allez à Paris.*	**Yeena ngiy dem « Paris » !**
Damay dem Ñooro. *Je vais à Nioro.*	**Maa ngiy dem Ñooro !**
Dangay bind leetar. *Tu écris une lettre.*	**Yaa ngiy bind leetar !**
Dañuy wut liggéey. *Nous cherchons du travail.*	**Ñu ngiy wut liggéey !**
Dangeen di seetaan film bi. *Vous regardez le film.*	**Yeena ngiy seetaan film bi !**
Dafay raxas ndab yi. *Elle lave la vaisselle.*	**Mu ngiy raxas ndab yi !**
Damay roose garab yi. *J'arrose les arbres.*	**Maa ngiy roose garab yi !**
Dañuy jàng wolof. *Ils apprennent le wolof.*	**Ñu ngiy jàng wolof !**
Dafay déglu jàngalekat bi. *Il écoute le professeur.*	**Mu ngiy déglu jàngalekat bi !**
Dafay defar wotoom. *Il répare sa voiture.*	**Mu ngiy defar wotoom !**
Dangeen di xaar gaal gi. *Vous attendez le bateau.*	**Yeena ngiy xaar gaal gi !**

Leçon 3

Ñetteelu njàng

1 **Ñetteelu njàng.**
2 **Wonale.**
3 **Ci kër Aliw ak Omar Gise.**
4 **Aliw** (A.), **Omar** (O.), **Pierre Dumas** (P.).

5 A. **Omar, nuyool ak suma gan gi**[1] **!**
6 O. **Naka la sant ?**
7 A. **Dumas la sant.**
8 O. **Mbaa**[2] **dégg na wolof**[3] **?**
9 A. **Waaw, dégg na wolof tuuti.**
10 O. **Dumas ! jàmm nga am ?**
11 P. **Jàmm rekk ; sant wi**[4] **?**
12 O. **Gise !**
13 P. **Gise ! sa yaram jàmm ?**
14 O. **Jàmm rekk ; mbokki fan**[4] **?**
15 P. **« Paris » !**
16 O. **Kañ nga fi ñów**[4] **?**
17 P. **Ñów naa fi altine.**
18 O. **Turist nga xanaa**[2] **?**
19 P. **Déedéet, man duma turist**[5]**, koperaŋ laa.**
20 O. **Kon Ndakaaru nga dëkk ?**
21 P. **Déedéet, Ndar laa dëkk.**
22 O. **Lan ngay def Ndakaaru**[4] **?**
23 P. **Sumay mbokk laay teertusi.**

VOCABULAIRE

Verbes

wonale	présenter
sant	se nommer (nom de famille)
tuuti	être petit, être peu
dégg	entendre, comprendre, parler (une langue)
bokk	appartenir
ñów	venir, arriver
dekk	habiter
teertu	accueillir

Noms

wonale (g)	présentation
gan (g)	invité
sant (w)	nom de famille
mbokk (m)	parent, allié
dëkk (b)	ville, village
turist (b)	touriste
koperaŋ (b)	coopérant

1 *Troisième leçon.*
2 *Présentations.*
3 *Dans la maison d'Aliou et Omar Guissé.*
4 *Aliou* (A.), *Omar* (O.), *Pierre Dumas* (P.).

5 A. *Omar, voici mon invité !*
6 O. *Comment s'appelle-t-il ?*
7 A. *Il s'appelle Dumas.*
8 O. *J'espère qu'il comprend (parle) le wolof ?*
9 A. *Oui, il parle un peu.*
10 O. *Dumas ça va ?*
11 P. *Ça va. Comment t'appelles-tu ?*
12 O. *Guissé.*
13 P. *Guissé ça va ?*
14 O. *Ça va ; d'où viens-tu ?*
15 P. *De Paris !*
16 O. *Quand es-tu arrivé ici ?*
17 P. *Je suis arrivé ici lundi.*
18 O. *Est-ce que, par hasard, tu es touriste ?*
19 P. *Non, moi, je ne suis pas touriste, je suis coopérant.*
20 O. *Alors, tu habites à Dakar ?*
21 P. *Non, j'habite à Saint-Louis.*
22 O. *Qu'est-ce que tu fais à Dakar ?*
23 P. *Je viens accueillir ma famille.*

Autres

mbaa	est-ce que (j'espère)
xanaa	est-ce que (par hasard)
ndax	est-ce que (neutre)
tuuti	un peu
fan	où est-ce que
lan	quoi, qu'est-ce que

Mots supplémentaires

tudd	se nommer (prénom-nom)
waajur	parents (père et mère)
tur	prénom et nom
altine	lundi
talaata	mardi
àllarba	mercredi
alxames	jeudi
àjjuma	vendredi
gaaw, aset	samedi
dibeer	dimanche

COMMENTAIRE GRAMMATICAL

1) **Suma gan gi** : l'adjectif possessif n'exclut pas l'emploi de l'article.

2) **Mbaa dégg na wolof ? turist nga xanaa ?**

Les questions fermées (appelant la réponse oui ou non) ne se distinguent des phrases affirmatives correspondantes que par l'intonation. Les particules **mbaa** *(j'espère que)* et **xanaa** *(serait-ce que ?)* servent à orienter la réponse de l'interlocuteur.

3) **Dégg na wolof**

Nous sommes ici en présence d'une nouvelle conjugaison. La conjugaison en **na** sert à énoncer un fait dans son aspect résultatif.

Avec un verbe d'action, elle correspond à un passé composé français : **Dem na.** *Il est parti, il n'est plus là.*

Avec un verbe d'état, comme c'est le cas ici (**dégg** : entendre, comprendre, parler (une langue), cette forme se traduit par un présent d'état sans valeur temporelle.

sg.	1. **dem naa**	*je suis parti*	sg.	1. **dégg naa**	*je comprends*
	2. **dem nga**			2. **dégg nga**	
	3. **dem na**			3. **dégg na**	
pl.	1. **dem nañu**		pl.	1. **dégg nañu**	
	2. **dem ngeen**			2. **dégg ngeen**	
	3. **dem nañu**			3. **dégg nañu**	

4) **Sant wi ? mbokki fan ? Lan ngay def Ndakaaru ? Kañ nga fi ñów ?**

Les questions ouvertes (faisant appel à un mot interrogatif) sont le plus souvent construites avec la conjugaison en **-la.** On trouve aussi des constructions elliptiques comme **sant wi ?** (lit. : *le nom ?*) *Comment t'appelles-tu ?* **Mbokki fan ?** (lit. *parent d'où ?*) *D'où es-tu ?*

5) **Duma turist, koperaŋ laa.**

Le verbe « être » n'existe pas en wolof ; cependant, à la forme affirmative, la forme **- la**, précédée d'un nom ou d'un pronom libre, en tient lieu. Attention ! la forme négative est dissymétrique :

Énoncés affirmatifs	Énoncés négatifs
Koperaŋ laa.	**Duma koperaŋ.**
Je suis coopérant.	*Je ne suis pas coopérant.*
Turist nga.	**Doo turist.**
Tu es touriste.	*Tu n'es pas touriste.*
Suma gan la.	**Du suma gan.**
C'est mon invité.	*Ce n'est pas mon invité.*
Say doom lañu.	**Duñu say doom.**
Nous sommes tes enfants.	*Nous ne sommes pas tes enfants.*
Sumay mbokk ngeen.	**Dungeen sumay mbokk.**
Vous êtes mes parents.	*Vous n'êtes pas mes parents.*
Ay rakkam lañu.	**Duñu ay rakkam.**
Ce sont ses cadets.	*Ce ne sont pas ses cadets.*

EXERCICES

I. La négation portant sur le nom.

La conjugaison en **duma** prend des valeurs différentes selon qu'elle est suivie d'un nom (cf. note 5 de cette leçon) ou d'un verbe (cf. unité 6, note 4).

→ Exercice 1

→ *Modèle*

Tusiñe laa	**Duma tusiñe.**
Je suis cuisinier.	*Je ne suis pas cuisinier.*
Pintiirkat nga.	**Doo pintiirkat.**
Tu es peintre.	*Tu n'es pas peintre.*

Transformer selon le même modèle :

Masoŋ laa.	**Duma masoŋ.**
Je suis maçon.	
Wolof nga.	**Doo wolof.**
Tu es wolof	
Joolaa lañu.	**Duñu joolaa.**
Nous sommes diola.	
Turist laa.	**Duma turist.**
Je suis touriste.	

Koperaŋ ngeen. *Vous êtes coopérants.*	**Dungeen koperaŋ.**
Doktoor nga. *Tu es docteur.*	**Doo doktoor.**
Mekanise laa. *Je suis mécanicien.*	**Duma mekanise.**
Mool ngeen. *Vous êtes pêcheurs.*	**Dungeen mool.**
Ràbb la. *Il est tisserand.*	**Du ràbb.**
Sinwaa lañu. *Ils sont chinois.*	**Duñu sinwaa.**
Farañse nga. *Tu es français.*	**Doo farañse.**
Dongo nga. *Tu es élève.*	**Doo dongo**
Jàngalekat ngeen. *Vous êtes enseignants.*	**Dungeen jàngalekat.**
Cuubkat la. *Il est teinturier.*	**Du cuubkat.**
Jaaykat la. *Il est marchand.*	**Du jaaykat.**
Surga nga. *Tu es domestique.*	**Doo surga.**
Sardiñe lañu. *Nous sommes jardiniers.*	**Duñu sardiñe.**

→ Exercice 2
→ *Modèle*

Man, duma masoŋ (pintiirkat). *Moi, je ne suis pas maçon.*	**Pintiirkat laa.** *Je suis peintre.*
Yow, doo masoŋ (pintiirkat). *Toi, tu n'es pas maçon.*	**Pintiirkat nga.** *Tu es peintre.*
Moom, du masoŋ (pintiirkat). *Lui, il n'est pas maçon.*	**Pintiirkat la.** *Il est peintre.*

Transformer selon le même modèle :

Yow, doo wolof. **(joolaa)**	**Joolaa nga.**
Toi, tu n'es pas wolof. *(diola)*	*Tu es diola.*
Ñun, duñu turist. **(koperaŋ)**	**Koperaŋ lañu.**
Nous, nous ne sommes pas touristes. (coopérant)	*Nous sommes coopérants.*
Moom, du doktoor. **(mekanise)**	**Mekanise la.**
Lui, il n'est pas docteur. *(mécanicien)*	*Il est mécanicien.*
Man, duma mool. **(ràbb).**	**Ràbb laa.**
Moi, je ne suis pas pêcheur. (tisserand)	*Je suis tisserand.*
Yeen, dungeen sinwaa. **(farañse).**	**Farañse ngeen.**
Vous, vous n'êtes pas chinois. (français)	*Vous êtes français.*
Ñoom, duñu dongo **(jàngalekat)**	**Jàngalekat lañu.**
Eux, ils ne sont pas élèves. *(professeurs)*	*Ils sont professeurs.*
Ñun, duñu cuubkat. **(jaaykat)** *Nous, nous ne sommes pas teinturiers. (marchands)*	**Jaaykat lañu.** *Nous sommes marchands.*
Man, duma njaatige. **(surga)**	**Surga laa.**
Moi, je ne suis pas patron. *(employé)*	*Je suis employé.*
Man, duma tusiñe **(sardine)**	**Sardiñe laa.**
Moi, je ne suis pas cuisinier. (jardinier)	*Je suis jardinier.*

Ñun, duñu waa taax. (waa kow)	**Waa kow lañu.**
Nous, nous ne sommes pas citadins. (villageois)	*Nous sommes des villageois.*

II. Les pronoms possessifs

→ *Modèle*

Am naa kër.	**Suma kër a ngi.**
J'ai une maison.	*Voici ma maison.*

Transformer selon le même modèle :

Am nga fas.	**Sa fas a ngi !**
Tu as un cheval.	*Voici ton cheval !*
Am nga xaj.	**Sa xaj a ngi !**
Tu as un chien.	*Voici ton chien !*
Man ak Omar, am nañu kër.	**Suñu kër a ngi !**
Moi et Omar, nous avons une maison.	*Voici notre maison !*
Am ngeen doom.	**Seen doom a ngi !**
Vous avez un enfant.	*Voici votre enfant !*
Omar am na gan.	**Ganam a ngi !**
Omar a un hôte.	*Voici son hôte !*
Am nga mbàjj.	**Sa mbàjj a ngi !**
Tu as une couverture.	*Voici ta couverture !*
Am naa jabar.	**Suma jabar a ngi !**
J'ai une épouse.	*Voici mon épouse !*
Omar ak Abdu, am nañu gan.	**Seen gan a ngi !**
Omar et Abdou ont un hôte.	*Voici leur hôte !*
Am na xarit.	**Xaritam a ngi !**
Il a un ami.	*Voici son ami !*
Am ngeen jén.	**Seen jén a ngi !**
Vous avez du poisson.	*Voici votre poisson !*
Pierre ak Sofi, am nañu kameraa.	**Seen kameraa a ngi !**
Pierre et Sophie ont une caméra.	*Voici leur caméra !*

Am naa fetal.	**Suma fetal a ngi !**
J'ai un fusil.	*Voici mon fusil !*
Am nga ay lonet.	**Say lonet a ngi !**
Tu as des lunettes.	*Voici tes lunettes !*

III. Pronom objet 3e personne

→ Exercice : remplacer le nom par le pronom.
→ *Modèle*

Dégg naa wolof.	**Dégg naa ko.**
Je parle wolof.	*Je le parle.*
Gis naa Aliw ak Omar.	**Gis naa leen.**
J'ai vu Aliou et Omar.	*Je les ai vus.*

Transformer selon le même modèle

Xam naa sa jabar.	**Xam naa ko.**
Je connais ta femme.	*Je la connais.*
Jaay nga mburu mi ak suukar si.	**Jaay nga leen.**
Tu as vendu le pain et le sucre.	*Tu les as vendus.*
Raxas na tankam.	**Raxas na ko.**
Il a lavé son pied.	*Il l'a lavé.*
Fóot nañu suñu sër ak suñu darab.	**Fóot nañu leen.**
Nous avons lavé notre pagne et notre drap.	*Nous les avons lavés.*
Omar jaay na fas wi.	**Omar jaay na ko.**
Omar a vendu le cheval.	*Omar l'a vendu.*
Nag wi lekk na dugub ji ak mboq mi.	**Nag wi lekk na leen.**
La vache a mangé le mil et le maïs.	*La vache les a mangés.*
Ubbi naa bunt bi.	**Ubbi naa ko.**
J'ai ouvert la porte.	*Je l'ai ouverte.*
Fàtte nga wolof.	**Fàtte nga ko.**
Tu as oublié le wolof.	*Tu l'as oublié.*
Réeral nga xaalis bi ak caabi ji.	**Réeral nga leen.**
Tu as égaré l'argent et la clé.	*Tu les a égarés.*

Faj naa xale bi ak yaayam. *J'ai soigné l'enfant et sa mère.*	**Faj naa leen.** *Je les ai soignés.*

IV. Poser la question : Qu'est-ce que ?

→ Exercice 1
→ *Modèle*

Lekk na ganaar. *Il a mangé du poulet.*	**Lan la lekk ?** *Qu'est-ce qu'il a mangé ?*
Jàng na wolof. *Il a appris le wolof.*	**Lan la jàng ?** *Qu'est-ce qu'il a appris ?*
Jénd na ay cuub. *Il a acheté des tissus imprimés*	**Lan la jénd ?** *Qu'est-ce qu'il a acheté ?*

Transformer selon le même modèle :

Sànni na jén wi. *Il a jeté le poisson.*	**Lan la sànni ?**
Lem na simisam. *Il a plié sa chemise.*	**Lan la lem ?**
Ubbi na téere bi. *Il a ouvert le livre.*	**Lan la ubbi ?**
For na lam bi. *Il a ramassé le bracelet.*	**Lan la for ?**
Toj na kaas bi. *Il a cassé la tasse.*	**Lan la toj ?**
Fóot na tubéy bi. *Il a lavé le pantalon.*	**Lan la fóot ?**
Jàng na téere bi. *Il a lu le livre.*	**Lan la jàng ?**
Jénd na xar. *Il a acheté un mouton.*	**Lan la jénd ?**

→ Exercice 2
→ *Modèle*

Omar a ngiy lekk ganaar. *Omar mange du poulet.*	**Lan lay lekk ?** *Qu'est-ce qu'il mange ?*

Transformer selon le même modèle

Omar a ngiy waxaale kër. *Omar marchande le prix d'une maison.*	**Lan lay waxaale ?**
Yaa ngiy daaj pont. *Tu enfonces un clou.*	**Lan ngay daaj ?**
Maa ngiy defar dàll. *Je répare une chaussure.*	**Lan laay defar ?**
Ñu ngiy jàng téere bi. *Ils lisent le livre.*	**Lan lañuy jàng.**
Yeena ngiy portale ay picc. *Vous photographiez des oiseaux.*	**Lan ngeen di portale ?**
Ñu ngiy fóot tubey bi. *Nous lavons* ou *ils lavent le pantalon.*	**Lan lañuy fóot ?**
Maa ngiy ubbi téere bi. *J'ouvre le livre.*	**Lan laay ubbi ?**
Yeena ngiy jàng wolof. *Vous apprenez le wolof.*	**Lan ngeen di jàng ?**
Bookar a ngiy lem simisam. *Bokar plie sa chemise.*	**Lan lay lem ?**
Yaa ngiy tàggat fas wi. *Tu dresses le cheval.*	**Lan ngay tàggat ?**

V. Poser la question : Où est-ce que ?

→ *Modèle*

Pierre Dumas a ngiy dem pàkku Juuj. *P. va au parc du Djoudj.*	**Fan lay dem ?** *Où va-t-il ?*

Transformer selon le même modèle :

Omar a ngiy dem Ndar. *Omar va à Saint-Louis.*	**Fan lay dem ?**
Yaa ngiy xool ci suuf. *Tu regardes en bas.*	**Fan ngay xool ?**
Maa ngiy dugg ci néeg bi. *J'entre dans la chambre.*	**Fan laay dugg ?**

Yeena ngiy toog ci basaŋ bi. *Vous vous asseyez sur la natte.*	**Fan ngeen di toog ?**
Mu ngiy dem ekool. *Il va à l'école.*	**Fan lay dem ?**
Maa ngiy xool ci kow. *Je regarde en haut.*	**Fan laay xool ?**
Omar a ngiy dugg ci néeg bi. *Omar entre dans la chambre.*	**Fan lay dugg ?**
Yaa ngiy toog ci basaŋ bi. *Tu t'asseois sur la natte.*	**Fan ngay toog ?**
Yeena ngiy dem tefes. *Vous allez à la plage.*	**Fan ngeen di dem ?**
Maa ngiy dem Kermel. *Je vais à Kermel.*	**Fan laay dem ?**

VI. Poser les questions : Quand est-ce que ?
Où est-ce que ?
Qu'est-ce que ?

→ *Modèle*

Omar dafa agsi ci timis. *Omar est arrivé au crépuscule.*	**Kañ la Omar agsi ?** *Quand Omar est-il arrivé ?*
Omar dafa dem sinemaa. *Omar est allé au cinéma.*	**Fan la Omar dem ?** *Où est allé Omar ?*
Omar dafa jénd muus. *Omar a acheté un chat.*	**Lan la Omar jénd ?** *Qu'a acheté Omar ?*

Transformer selon le même modèle :

Muus mi dugg na ci néeg bi. *Le chat est entré dans la chambre.*	**Fan la muus mi dugg ?**
Pierre Dumas dem na Ndar ci suba. *P. est allé à Saint-Louis le matin.*	**Kañ la P. dem Ndar** ou **Fan la P. dem ci suba ?**

Nappkat bi jàpp na sëdd. *Le pêcheur a attrapé un barracuda.*	**Lan la nappkat bi jàpp ?**
Suley dellu na Ndar ci ngoon. *Souley est retourné à Saint-Louis le soir.*	**Kañ la Suley dellu Ndar ?** ou **Fan la Suley dellu ci ngoon ?**
Xale yi dem nañu ekool. *Les enfants sont allés à l'école.*	**Fan la xale yi dem ?**
Xale bi dafa bëgg sokolaa. *L'enfant veut du chocolat.*	**Lan la xale bi bëgg ?**
Omar agsi na ci guddi. *Omar est arrivé la nuit.*	**Kañ la Omar agsi ?**
Omar sang na fas wi. *Omar a lavé le cheval.*	**Lan la Omar sang ?**
Xaj bi tëdd na ci lal bi. *Le chien s'est couché dans le lit.*	**Fan la xaj bi tëdd ?**
Aliw nuyu na Pierre Dumas ci suba. *Aliou a salué P. ce matin.*	**Kañ la Aliw nuyu P. ?**

Leçon 4

Ñenteelu njàng

1 **Ñenteelu njàng.**
2 **Wonale.**
3 **Ci kër Omar Gise.**
4 **Omar Gise, Pierre Dumas ak gan yi.**

5 **Pierre Dumas jéli na baayam ak rakkam ayeropoor ba dellusi[1] ci kër Omar.**
6 **Mu ngiy wax ak Omar.**

7 O. **Kii[2] sa jabar la ?**
8 P. **Déedéet, du suma jabar, suma rakk la ; Sófi la tudd.**
9 O. **Ndax[3] dégg na wolof ?**
10 P. **Déedéet !**
11 O. **Kii nak, kan[2] la ?**
12 P. **Kii, suma baay la.**
13 O. **Ki[2] fi ñów daaw nak ?**
14 P. **Kooku[2], suma nijaay la.**
15 O. **Ndax[3] dinañu[4] fi yàgg ?**
16 P. **Waaw, dinañu[4] fi am[5] ñaari ayubés.**
17 O. **Dinga[4] leen yóbbu Ndar ?**
18 P. **Waaw, dinaa[4] leen yóbbu Ndar ak Pàkku Juuj ak Dagana.**
19 O. **Dingeen[4] fa yàgg ?**
20 P. **Déedéet, ñaari fan rekk lañu fay[6] am[5].**
21 O. **Kañ ngeen di dellusi Ndakaaru ?**
22 P. **Fii ak fukki fan lañu fiy[6] dellusi.**
23 O. **Baax na ! demleen[7] te ñów ak jàmm !**
24 P. **Neel Aliw ñu ngi koy[6] tàggu !**
25 O. **Dina[4] ko dégg. Nuyulleen ma waa Ndar.**

VOCABULAIRE

Verbes

jéli	aller chercher
yàgg	durer, rester longtemps
am	avoir
yóbbu	emmener
baax	être bien ; être bon
ne	dire
tàggu	saluer (pour prendre congé)

Noms

ayeropoor (b)	aéroport
ayubés (b)	semaine
waa	les gens de

Autres

déedéet	non !
kii	celui-ci
kan	qui ?
daaw	l'année dernière

1 *Quatrième leçon.*
2 *Présentations.*
3 *Dans la maison d'Omar Guissé.*
4 *Omar Guissé, Pierre Dumas et les hôtes.*

5 *Pierre Dumas est allé chercher son père et sa jeune sœur à l'aéroport et il est de retour chez Omar.*
6 *Il parle avec Omar.*

7 O. *C'est ta femme ?*
8 P. *Non, ce n'est pas ma femme, c'est ma jeune sœur ; elle s'appelle Sophie.*
9 O. *Est-ce qu'elle parle le wolof ?*
10 P. *Non !*
11 O. *Et ce monsieur, qui est-ce ?*
12 P. *C'est mon père.*
13 O. *Celui qui est venu l'année dernière alors ?*
14 P. *Celui-là, c'était mon oncle.*
15 O. *Est-ce qu'ils vont rester longtemps ?*
16 P. *Oui, ils vont rester ici deux semaines.*
17 O. *Tu vas les emmener à Saint-Louis ?*
18 P. *Oui, je vais les emmener à Saint-Louis, au parc de Djoudj et à Dagana.*
19 O. *Vous allez rester longtemps là-bas ?*
20 P. *Non, nous n'y resterons que deux jours.*
21 O. *Quand rentrerez-vous à Dakar ?*
22 P. *Nous allons rentrer d'ici dix jours.*
23 O. *Bien ! Bon voyage !*
24 P. *Dis au revoir à Aliou de notre part !*
25 O. *Je le lui dirai. Dites bonjour aux Saint-Louisiens de ma part.*

kooku	celui-là (personne)
waaw	oui !
ñaar	deux
ko	pronom objet singulier
leen	pronom objet pluriel
te	et (entre deux verbes ou deux propositions)

Mots supplémentaires

waxtaan	bavarder, s'entretenir
waxaale	marchander
waa kër (g)	les gens de la maison, la famille
waa Senegaal	les Sénégalais

waxaale (b)	soupirant
fan (w)	jour
bés (b)	jour
at (m)	année
weer (w)	mois

Les nombres

benn	un
ñaar(eel)	deux(ième)
ñett(eel)	trois(ième)
ñent(eel)	quatre (quatrième)
juróom(eel)	cinq(uième)
juróom benn(eel)	six(ième)
juróom ñaar(eel)	sept(ième)
juróom ñett(eel)	huit(ième)
juróom ñent(eel)	neuf (neuvième)
fukk(eel)	dix(ième)

11	**fukk ak benn**
12	**fukk ak ñaar**
13	**fukk ak ñett**
14	**fukk ak ñent**
15	**fukk ak juróom**
16	**fukk ak juróom benn**
17	**fukk ak juróom ñaar**
18	**fukk ak juróom ñett**
19	**fukk ak juróom ñent**
20	**ñaar fukk**
30	**fanweer**
40	**ñent fukk**
50	**juróom fukk**
60	**juróm been fukk**
70	**juróm ñaar fukk**
80	**juróom ñett fukk**
90	**juróom ñent fukk**
100	**téeméer**
200	**ñaari téeméer**
300	**ñetti téeméer**
400	**ñenti téeméer**
500	**juróomi téeméer**
600	**juróom benni téeméer**
700	**juróm ñaari téeméer**
800	**juróom ñetti téeméer**
900	**juróom ñenti téeméer**
1 000	**junni**

COMMENTAIRE GRAMMATICAL

1) **ba dellusi** (lit. *jusqu'à revenir*).

Les conséquences ou les résultats d'une action s'expriment sous la forme **ba** + *verbe* ; ainsi **Lekk na ba noppi.** *Il a mangé jusqu'à terminer,* i.e. *Il a fini de manger.* **Xaar naa leen ba sonn.** *Je vous ai attendus jusqu'à être fatigué,* i.e. *Ça fait longtemps que je vous attends.*

2) **Kii, sa jabar la ? Kii nak, kan la ?** (lignes 7 et 11).

Le mot **nit** *être humain,* ayant pour indice de classe **k-** (pluriel **ñ-**), tous les pronoms et/ou adjectifs relatifs, démonstratifs et interrogatifs qui réfèrent à l'être humain commencent par **k-**.

a - pronoms :

ki *celui qui* — **kii** *celui-ci*
ñi *ceux qui* — **ñii** *ceux-ci*

kooku *celui-là* — **kan** *qui ? (sing.)*
ñooñu *ceux-là* — **ñan** *qui ? (pl.)*

b - adjectifs :

nit kii *cet homme* — **nit kooku** *cet homme-là*
nit ñii *ces hommes* — **nit ñooñu** *ces hommes-là*

nit kan ? *quel homme ?*
nit ñan ? *quels hommes ?*

3) **Ndax dégg na wolof ?**

La particule **ndax** *(est-ce que)* accompagne facultativement les questions fermées, sans toutefois orienter la réponse comme c'est le cas pour **mbaa** et **xanaa**. Voir note 2 de la leçon 3.

4) Formes du futur affirmatif en **dina.**

dinaa dem	*j'irai*	**dinañu dem**	*nous irons*
dinga dem	*tu iras*	**dingeen dem**	*vous irez*
dina dem	*il ira*	**dinañu dem**	*ils iront*

cf. lignes 15-19 et 25.

Dina ko dégg (Dinañu ko dégg) ligne 25 (lit. : *Il l'entendra,* ou *ils l'entendront*) est une formule de fin de prise de congé : *Je le lui dirai,* ou : *je le leur dirai.*

Formes du futur négatif

duma dem	*je n'irai pas*	**duñu dem**	*nous n'irons pas*
doo dem	*tu n'iras pas*	**dungeen dem**	*vous n'irez pas*
du dem	*il n'ira pas*	**duñu dem**	*ils n'iront pas*

La conjugaison en **duma,** suivie d'un nom, se traduit par « *ne pas être* » au présent. Cf. note 5, leçon 3.

5) Expression de la durée

Dinañu fi am ñaari ayubés (ligne 16). Lit. : *Ils auront ici deux semaines,* i.e. *ils vont rester ici deux semaines.* Comparez avec : **Am nañu fi ñaari ayubés,** lit. : *Ils ont ici deux semaines,* i.e. *ils sont ici depuis deux semaines.*

A la question : **Yàgg nga fi ?** *Es-tu ici depuis longtemps ?,* on répond donc, si on veut préciser la durée : **Am naa fi « x » fan/ayubés/weer/at,** *Je suis ici depuis « x » jours/semaines/mois/années.* De même, à la question : **Dinga fi yàgg ?** *Vas-tu rester ici longtemps ?,* on répond : **Dinaa fi am « x » fan/ayubés/weer/at** *Je suis ici pour « x » jours/semaines/mois/années.*

6) **Ñaari fan rekk lañu fay am : fii ak fukki fan lañu fiy dellusi ; ñu ngi koy tàggu.**

Notez que la marque **-y/di** de l'inaccompli, qui permet de situer l'action dans l'actuel ou dans le futur proche, est mobile ; elle s'accroche au mot grammatical le plus proche du verbe principal (pronom ou adverbe).

Comparez : **Ñaari fan lañuy am Ndar** avec **Ñaari fan lañu fay am ; Fii ak fukki fan lañuy dellusi Ndakaaru** avec **Fii ak fukki fan lañu fiy dellusi ; Ñu ngiy tàggu Aliw** avec **Ñu ngi koy tàggu.**

7) **Demleen te ñów.** Avec la conjonction **te** qui relie deux prédicats, seul le premier verbe reçoit les marques aspectuelles ou modales.

EXERCICES

I. Déplacement de la marque de l'inaccompli.

→ Exercice 1 : Sur l'objet direct pronominalisé (singulier).
→ *Modèle*

Maa ngiy yeew say wi. Je lie le fagot.	**Maa ngi koy yeew.** Je le lie.

Transformer selon le même modèle :

Maa ngiy suqi ganaar gi. Je plume le poulet.	**Maa ngi koy suqi.**
Yaa ngiy yàq kameraa bi. Tu abîmes la caméra.	**Yaa ngi koy yàq.**
Mu ngiy nax xale bi. Il console l'enfant.	**Mu ngi koy nax.**
Yeena ngiy xool xaj bi. Vous regardez le chien.	**Yeena ngi koy xool.**
Mu ngiy ubbi bunt bi. Il ouvre la porte.	**Mu ngi koy ubbi.**
Maa ngiy lal lal bi. Je fais le lit.	**Maa ngi koy lal.**
Mu ngiy jàng bataaxal bi. Il lit la lettre.	**Mu ngi koy jàng.**
Yaa ngiy romb foor bi. Tu dépasses le fort (château).	**Yaa ngi koy romb.**
Maa ngiy nuyu sa jëkkër. Je salue ton époux.	**Maa ngi koy nuyu.**
Yeena ngiy gor garab gi. Vous abattez l'arbre.	**Yeena ngi koy gor.**

→ Exercice 2 : Déplacement de la marque de l'inaccompli sur l'objet direct pronominalisé (pluriel)
Attention : avec un pronom pluriel on trouve **di** au lieu de **-y**

→ *Modèle*

Maa ngiy yeew say yi. Je lie les fagots.	**Maa ngi leen di yeew.** Je les lie.

Transformer selon le même modèle :

Maa ngiy suqi ganaar yi. *Je plume les poulets.*	**Maa ngi leen di suqi.**
Yaa ngiy yàq kameraa yi. *Tu abîmes les caméras.*	**Yaa ngi leen di yàq.**
Mu ngiy nax xale yi. *Il console les enfants.*	**Mu ngi leen di nax.**
Yeena ngiy xool xaj yi. *Vous regardez les chiens.*	**Yeena ngi leen di xool.**
Mu ngiy ubbi bunt yi. *Il ouvre les portes.*	**Mu ngi leen di ubbi.**
Maa ngiy jàng bataaxal yi. *Je lis les lettres.*	**Maa ngi leen di jàng.**
Yaa ngiy nuyu seen jëkkër. *Je salue vos époux.*	**Yaa ngi leen di nuyu.**
Yeena ngiy gor garab yi. *Vous abattez les arbres.*	**Yeena ngi leen di gor.**
Maa ngiy lal lal yi. *Je fais les lits.*	**Maa ngi leen di lal.**
Yaa ngiy romb woto yi. *Tu dépasses les autos.*	**Yaa ngi leen di romb.**

→ Exercice 3 : présence de deux objets pronominalisés (au singulier)

→ *Modèle*

Maa ngiy jox fas wi ngooñ mi. *Je donne le foin au cheval.*	**Maa ngi ko koy jox.** *Je le lui donne.*

Transformer selon le même modèle :

Maa ngiy wax Musaa xibaar bi. *Je dis à Moussa la nouvelle.*	**Maa ngi ko koy wax.**
Mu ngiy laaj Omar caabi ji. *Il demande la clé à Omar.*	**Mu ngi ko koy laaj.**
Maa ngiy sant Omar liggéey bi. *Je confie à Omar le travail.*	**Maa ngi ko koy sant.**
Mu ngiy jàngal yaayam bataaxal bi. *Il lit la lettre à sa mère.*	**Mu ngi ko koy jàngal.**
Mu ngiy abal Abdu kameraam. *Il prête sa caméra à Abdou.*	**Mu ngi ko koy abal.**
Maa ngiy jottali Omar xorom si. *Je passe le sel à Omar.*	**Maa ngi ko koy jottali.**
Yaa ngiy jox jaaykat bi xaalisam. *Tu donnes au marchand son argent.*	**Yaa ngi ko koy jox.**
Maa ngiy nettali Pierre film bi. *Je raconte le film à Pierre.*	**Maa ngi ko koy nettali.**
Mu ngiy jox ganaar gi dugub ji. *Il donne le mil à la poule.*	**Mu ngi ko koy jox.**
Yeena ngiy ràbbal Pierre njoowaan. *Vous tissez un hamac pour Pierre.*	**Yeena ngi ko koy ràbbal.**

→ Exercice 4 : présence d'un objet pluriel et d'un objet singulier.

Attention : Lorsque deux pronoms objets se suivent, celui des deux qui est au pluriel vient toujours en tête. Ainsi, on ne peut pas distinguer *« Je les lui donne »* de *« Je le leur donne »*.

→ *Modèle*

Maa ngiy jox fas wi xob yi. *Je donne les feuilles au cheval.*	**Maa ngi leen koy jox.** *Je les lui donne.*
Maa ngiy jox fas yi ngooñ mi. *Je donne le foin aux chevaux.*	**Maa ngi leen koy jox.** *Je le leur donne.*

Transformer selon le même modèle :

Maa ngiy wax Musaa xibaar yi. *Je dis les nouvelles à Moussa.*	**Maa ngi leen koy wax.**
Mu ngiy laaj xale yi caabi ji. *Il demande la clé aux enfants.*	**Mu ngi leen koy laaj.**
Maa ngiy jaay Omar téere yi. *Je vends les livres à Omar.*	**Maa ngi leen koy jaay.**
Mu ngiy jàngal ay waajuram bataaxal bi. *Il lit la lettre à ses parents.*	**Mu ngi leen koy jàngal.**
Mu ngiy abal Abdu téere yi. *Il prête les livres à Abdou.*	**Mu ngi leen koy abal.**
Maa ngiy jox xale yi mango bi. *Je donne la mangue aux enfants.*	**Maa ngi leen koy jox.**
Yaa ngiy fóotal Astu ak Faatu darab bi. *Tu laves le drap pour Astou et Fatou.*	**Yaa ngi leen koy fóotal.**
Maa ngiy nettali Pierre film yi. *Je raconte les films à Pierre.*	**Maa ngi leen koy nettali.**
Mu ngiy jox ganaar yi cox mi. *Il donne le son aux poules.*	**Mu ngi leen koy jox.**
Yeena ngiy ràbbal Pierre njoowaan yi. *Vous tissez les hamacs pour Pierre.*	**Yeena ngi leen koy ràbbal.**

→ Exercice 5 : Déplacement de la marque de l'inaccompli sur le pronom complément de lieu.

→ *Modèle*

Maa ngiy dem ca daara ja. *Je vais à l'école.*	**Maa ngi fay dem.** *J'y vais.*

Transformer selon le même modèle :

Mu ngiy dem kër ga. *Il va à la maison.*	**Mu ngi fay dem.**
Mu ngi koy dugal ci gaaraas bi. *Il le fait entrer dans le garage.*	**Mu ngi ko fay dugal.**
« Express » a ngiy jaar Dakar dibeer. *L'« Express » passe à Dakar le dimanche.*	**Mu ngi fiy jaar dibeer.**
Dafay jaay yoxos ca ja ba. *Il vend des huîtres au marché.*	**Dafa fay jaay yoxos.**
Damay dajeek moom iniwersite. *Je le vois à l'université.*	**Dama fay dajeek moom.**
Mu ngay dem ca wàll wale. *Il va de l'autre côté là-bas.*	**Mu nga fay dem.**
Omar a ngiy seeti ca mbedd ma. *Omar va voir dans la rue.*	**Omar a ngi fay seeti.**
Musaa ngay fanaani ca jabaram. *Moussa va passer la nuit chez sa femme.*	**Mu nga fay fanaani.**
Maa ngiy jëmbët garab gi ci ëtt bi. *Je plante l'arbre dans la cour.*	**Maa ngi ko fiy jëmbët.**
Maa ngiy dem kër Omar. *Je vais chez Omar.*	**Maa ngi fay dem.**

II. Une action met fin à une précédente : *verbe* + **ba** + *verbe.*

→ *Modèle*

Dem nañu tefes/ñów nañu *Nous sommes allés à la plage/ nous sommes venus.*	**Dem nañu tefes ba ñów** *Nous sommes revenus de la plage.*
Xale yi fo nañu/noppi nañu *Les enfants ont joué/ils ont fini.*	**Xale yi fo nañu ba noppi.** *Les enfants ont fini de jouer.*

Transformer selon le même modèle :

Omar lekk na/noppi na. *Omar a mangé/il a fini.*	**Omar lekk na ba noppi.**
Bookar jàngi na/wàcc na. *B. est allé étudier/il est revenu.*	**Bookar jàngi na ba wàcc.**
Xaar naa leen/sonn naa. *Je vous ai attendus/je suis fatigué.*	**Xaar naa leen ba sonn.**
Sangu nga/pare nga *Tu t'es baigné/tu as fini.*	**Sangu nga ba pare.**
Dipite yi daje nañu/sotal nañu. *Les députés se sont réunis/ils ont fini.*	**Dipite yi daje nañu ba sotal.**
Persidaa wax na/toog na. *Le Président a parlé/il s'est assis.*	**Persidaa wax na ba toog.**
Waxaale nga/fey nga. *Tu as marchandé/tu as payé.*	**Waxaale nga ba fey.**
Jaay naa ko/wis naa ko. *Je lui ai vendu/je lui en ai rajouté.*	**Jaay naa ko ba wis ko.**
Jénd ngeen piis bi/ñawlu ngeen ko. *Vous avez acheté le tissu/ vous l'avez fait coudre.*	**Jènd ngeen piis bi ba ñawlu ko.**
Jàng naa saar bi/mokkal naa ko. *J'ai appris le verset/je le sais.*	**Jàng naa saar bi ba mokkal ko.**

Leçon 5

Juróomeelu njàng

1 **Juróomeelu njàng.**
2 **Ci yoonu pàkku Juuj.**
3 **Màkka.**
4 **Pierre Dumas** (P.), **sàmm bi** (S.) **ak gan yi.**

5 **Pierre Dumas ak ay[1] ganam wëri nañu pàkku Juuj.**
6 **Daje nañu ak benn[2] sàmm ci benn buntu dëkk, taxaw di ko laaj seen yoon.**

7 P. **Salaamaalekum !**
8 S. **Maalekum salaam !**
9 P. **Fii, fan la[3] ?**
10 S. **Fii, Màkka la !**
11 P. **Pàkku Juuj sore na[4] fi ?**
12 S. **Déedéet !**
13 P. **Ana yoon wi ?**
14 S. **Séen nga teen bale[3] ?**
15 P. **Waaw ! teen bale ca suma kanam ?**
16 S. **Foofa[3] ngay jàdd, tàllal ba àgg ca pàkk ba.**
17 P. **Jërëjëf !**
18 S. **Lii, lan la[3] ?**
19 P. **Lii, kameraa la. Picc yi la suma baay di portale.**
20 S. **Ndax bëgg ngeen « guide » ?**
21 P. **Woto bi fees na[4].**
22 S. **Baax na[4] ; foofa am na ay[1] tablo ci yoon yi.**

VOCABULAIRE

Verbes

sàmm	veiller sur, garder
wër	faire le tour, visiter
taxaw	s'arrêter, être arrêté, être debout
laaj	demander
sore	être loin
séen	apercevoir
jàdd	tourner, changer de direction
tàllal	continuer, aller droit
portale	photographier, filmer
bëgg	vouloir
fees	être plein, complet

Noms

sàmm (b)	berger
bunt (b)	porte, entrée
yoon (w)	chemin, route, fois
ndaje (l)	réunion, rencontre
teen (b)	puits
kanam (g)	visage
ci kanam	devant
picc (m)	oiseau
kameraa (b)	caméra
woto (b)	auto
tablo (b)	panneau indicateur, tableau
pàkk (b)	parc

1 *Cinquième leçon.*
2 *En route pour le parc du Djoudj.*
3 *Makka.*
4 *Pierre Dumas (P.), le berger (B.) et les invités.*

5 *Pierre Dumas et ses invités sont partis visiter le parc du Djoudj.*
6 *Ils ont rencontré un berger à l'entrée d'un village, et se sont arrêtés pour lui demander leur chemin.*
7 P. *Bonjour !*
8 B. *Bonjour !*
9. P. *Comment s'appelle ce village ?*
10 B. *Makka !*
11 P. *Le parc du Djoudj, c'est loin d'ici ?*
12 B. *Non !*
13 P. *Par où est-ce ?*
14 B. *Tu vois le puits là-bas ?*
15 P. *Oui ! Le puits devant moi là-bas ?*
16 B. *Tu tournes là-bas et tu continues jusqu'au parc.*
17 P. *Merci !*
18 B. *Qu'est-ce que c'est que ça ?*
19 P. *C'est une caméra ; mon père veut filmer les oiseaux.*
20 B. *Est-ce que vous avez besoin d'un guide ?*
21 P. *Merci ! L'auto est pleine.*
22 B. *C'est bon ! Là-bas vous trouverez des panneaux indicateurs sur la route.*

Autres

jërëjëf ! merci !

Mots supplémentaires

jége être proche
gannaaw (g) dos, derrière
ëtt (b) cour
palanteer (b) fenêtre
biir (b) ventre
ci gannaaw derrière
ci ndeyjoor à droite
ci càmmoñ à gauche
ci biir à l'intérieur
ci biti dehors
ci wet à côté
ci digg bi au milieu
ci diggante entre

COMMENTAIRE GRAMMATICAL

1) **ay :** article indéfini pluriel (valable pour toutes les classes).

2) **benn :** voir tableau des déterminants ci-dessous.

3) **fii, fan la ?** (ligne 9) lit. : « Ici, c'est où ? »
lii, lan la ? (ligne 18) = « Ceci, c'est quoi ? »

De même que l'indice **k -** (voir unité 4) sert à former les pronoms renvoyant à la personne, l'indice **f -** forme les adverbes de lieu et **l -** les pronoms renvoyant à des objets non nommés. Les déterminants, cependant, sont formés sur les différents indices de classe. Le wolof possède un ensemble de déterminants nominaux et de pronoms et adverbes démonstratifs, relatifs et interrogatifs très complexe mais aussi très systématique.

Tout objet est déterminé à partir de trois éléments :

a - L'indice de classe
Rappelons qu'il existe 10 classes nominales : 8 au singulier, 2 au pluriel. Il faut y ajouter 2 indices supplémentaires : **f -** pour le lieu, et **n -** pour la manière.

b - La distance plus ou moins grande qui sépare le locuteur de l'interlocuteur.

c - La position de l'objet par rapport au locuteur et à l'interlocuteur.

Les dessins de la page suivante sont destinés à faciliter la compréhension des facteurs b et c.

Substituts de noms de lieu et de manière

	simples	*démonstratifs*				*interrogatifs*
lieu	**fi fa**	**fii**	**fale**	**foofu**	**foofale**	**fan**
manière	**ni na**	**nii**	**nale**	**noonu**	**noonale**	**nan**

Tableau des déterminants

simples		*démonstratifs*				*interrogatifs*
1	*2*	*1*	*2*	*1*	*2*	
bi	**ba**	**bii**	**bale**	**boobu**	**booba(le)**	**ban**
li	**la**	**lii**	**lale**	**loolu**	**loola(le)**	**lan**
ki	**ka**	**kii**	**kale**	**kooku**	**koola(le)**	**kan**
wi	**wa**	**wii**	**wale**	**woowu**	**woowa(le)**	**wan**
mi	**ma**	**mii**	**male**	**moomu**	**mooma(le)**	**man**
si	**sa**	**sii**	**sale**	**soosu**	**soosa(le)**	**san**
ji	**ja**	**jii**	**jale**	**jooju**	**jooja(le)**	**jan**
gi	**ga**	**gii**	**gale**	**googu**	**googa(le)**	**gan**
yi	**ya**	**yii**	**yale**	**yooyu**	**yooyale**	**yan**
ñi	**ña**	**ñii**	**ñale**	**ñooñu**	**ñooñale**	**ñan**

Légende du tableau : 1 = proche ; 2 = éloigné.

Proximité	*Éloignement*
bii	**bale**
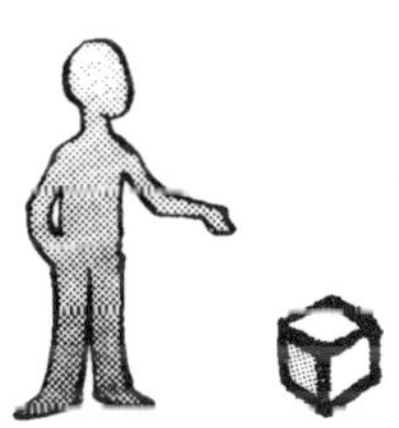	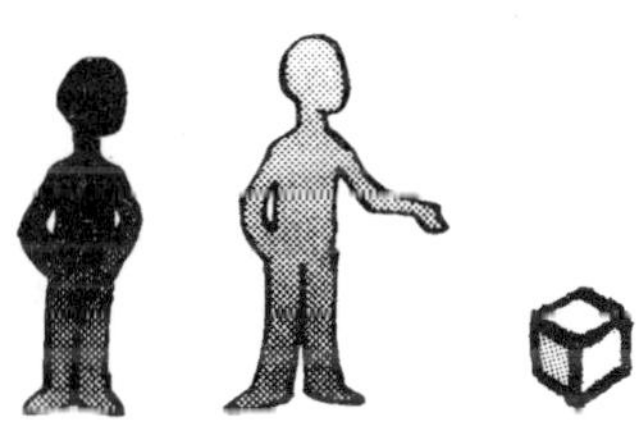
boobu	**boobale**
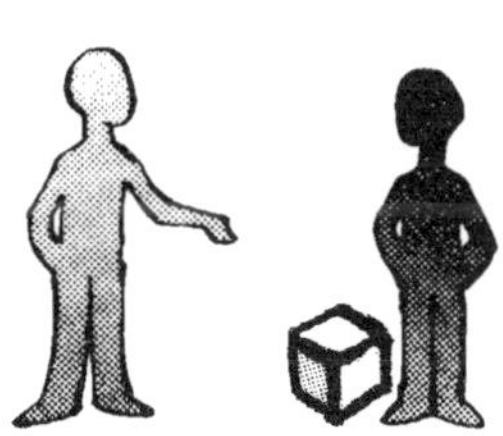	

Les déterminants *« tout »*, *« un »* et *« autre »* se construisent eux aussi à partir des 10 indices de classes ; mais, dans la pratique, en wolof urbain contemporain, on utilise surtout :
bépp *tout* ; **benn** *un* ; **beneen** *autre*
bépp nit *tout homme ;* **benn nit** *une personne*
beneen nit *une autre personne*

Substituts de noms

lépp : *tout (totalité)*
beneen / **yeneen** : *un autre / d'autres* (non humain)
keneen / **ñeneen** : *un autre / d'autres* (humain)
fépp : *partout*
feneen : *ailleurs*
fenn : *quelque part* (ou *« nulle part »* avec un verbe négatif)
neneen : *d'une autre manière*
kenn : *quelqu'un* (ou *« personne »* avec un verbe négatif)
benn : *un* (chose ou personne)
ñépp : *tous* (personnes)

4) **Sore na** (ligne 11) ; **fees na** (ligne 21) ; **baax na** ; **am na** (ligne 22).

Notez qu'avec les verbes d'état, les formes en **na** correspondent à un présent intemporel.

EXERCICES

I. On questionne : — sur l'identité **(kan)**
— sur la qualité **(lan)**

Attention : dans le 2ᵉ cas, la réponse ne comporte pas d'article.

→ Exercice 1
→ *Modèle*

Kii, kan la ? (jàngalekat bi) *Qui est-ce, celui-là ?* *(le professeur)*	**Jàngalekat bi la.** *C'est le professeur.*
Kii, lan la ? (wuude) *Qu'est-ce qu'il est,* *celui-là ? (cordonnier)*	**Wuude la.** *Il est cordonnier.*

Lii, lan la ? (kameraa) *Qu'est ceci ? (caméra)*	**Kameraa la.** *C'est une caméra.*

Transformer selon le même modèle :

Kii, lan la ? (cuubkat) *Qu'est-ce qu'il est, celui-ci ? (teinturier)*	**Cuubkat la.**
Kii, lan la ? (Tubaab) *Qu'est-ce qu'il est, celui-ci ? (Européen)*	**Tubaab la.**
Fii, fan la ? (Ndar) *C'est quoi ici ? (Saint-Louis)*	**Ndar la.**
Lii, lan la ? (batik) *Qu'est ceci ? (batik)*	**Batik la.**
Kii, kan la ? (suma jabar) *Qui est-ce, celle-ci ? (ma femme)*	**Suma jabar la.**
Kii, kan la ? (Omar Gise) *Qui est-ce, celui-ci ? (Omar Guissé)*	**Omar Gise la.**
Fii, fan la ? (marse Sàndaga) *C'est quoi ici ? (le marché Sandaga)*	**Marse Sàndaga la.**
Lii, lan la ? (géjj) *Qu'est ceci ? (poisson séché)*	**Géjj la.**
Kii, kan la ? (ganu Omar) *Qui est-ce, celui-ci ? (l'hôte d'Omar)*	**Ganu Omar la.**

→ Exercice 2
→ *Modèle*

turist *touriste*	**Kii, lan la ?** *Qu'est-ce qu'il est, celui-ci ?*
Sumbe-Juun **Soumbé-Dioune**	**Fii, fan la ?** *C'est quoi ici ?*

Transformer selon le même modèle :

suma xarit *mon ami*	**Kii, kan la ?**
yoxos *huîtres*	**Lii, lan la ?**
baykat *cultivateur*	**Kii, lan la ?**
Sófi *Sophie*	**Kii, kan la ?**
kër Abdu Juuf *la maison d'Abdou Diouf*	**Fii, fan la ?**
suma caabi woto *la clé de ma voiture* *(ma clé de voiture)*	**Lii, lan la ?**
sofooru taksi *chauffeur de taxi*	**Kii, lan la ?**
marse Tilléen *le marché Tillène*	**Fii, fan la ?**
sippax *crevette*	**Lii, lan la ?**

II. Le pronom de rappel

→ *Modèle*

Ki fi añe démb, kan la ? (suma xarit)	**Kooku, suma xarit la.**
Celui qui a déjeuné ici hier, qui est-ce ? (mon ami)	*Celui-là, c'est mon ami.*
Fi ngeen nekk, fan la ? (ekool)	**Foofu, ekool la.**
Là (où vous êtes), qu'est-ce que c'est ? (école)	*Là, c'est une école.*

Transformer selon le même modèle :

Ki ma taseel, kan la ? (suma coro) *Celle que j'ai rencontrée, qui est-ce ? (ma fiancée)*	**Kooku, suma coro la.**
Fa ñu nekk, fan la ? (isin) *Là (où ils se trouvent) qu'est-ce que c'est ? (une usine)*	**Foofa, isin la.**
Li mu jàpp, lan la ? (jaan) *Ce qu'il tient, qu'est-ce que c'est ? (serpent)*	**Loolu, jaan la.**
La ñuy sànniji, lan la (mbalit) *Ce qu'ils vont jeter, qu'est-ce que c'est ? (des ordures)*	**Loola, mbalit la.**
Ka mu wooyi, kan la ? (tantaam) *Celle qu'elle est allée appeler, qui est-ce ? (sa tante paternelle)*	**Kooka, tantaam la.**
Ñi ngeen di nuyu, ñan lañu ? (sunuy xarit) *Ceux que vous saluez, qui sont-ils ? (nos amis)*	**Ñooñu, suñuy xarit lañu.**
Bi nga jénd, lan la ? (Renault) *Celle que tu as achetée, c'est quoi ? (une Renault)*	**Boobu, Renault la.**
Ba nga jaay, lan la ? (Citroën) *Celle que tu as vendue, c'était quoi ? (une Citroën)*	**Booba, Citroën la.**
Yi ma gis fii, lan lañu ? (kanaara-kër) *Ceux que j'ai vus ici, c'est quelle espèce ? (canards domestiques)*	**Yooyu, kanaara-kër lañu.**

Yi ma gis pàkku Juuj, lan lañu ? (kanaara-àll)
Ceux que j'ai vus au parc du Djoudj, c'était quelle espèce ? (canards sauvages)

Yooyu, kanaara-àll lañu.

Leçon 6

Juróom benneelu njàng

1 **Juróom benneelu njàng**
2 **Ci pàkku Juuj**
3 **Pàkku Juuj**

4 **Pierre Dumas ak ay ganam, gard bi (G.)**
5 **Pierre Dumas ak ay ganam ñu ngi Pàkku Juuj.**
Pierre Dumas a ngiy wax[1] ak gard bi.

6 P. **Jàmm nga fanaan ?**
7 G. **Jàmm rekk ! seen yaram jàmm ?**
8 P. **Jàmm rekk !**
9 G. **Ah ! yow de[2] dégg nga wolof !**
10 P. **Waawaaw ! dégg naa ci tuuti de[2].**
11 G. **Fan ngeen jëm ?[3]**
12 P. **Dañu wërsi pàkk bi.**
13 G. **Ndax ni ci des dégg nañu wolof ?**
14 P. **Déedéet ! dégguñu[4] wolof.**
15 G. **Kañ ngeen di wëri pàkk bi ?**
16 P. **Leegi lañu bëgga[5] dem.**
17 G. **Xaarleen ba ngoon ; leegi dafa[6] tàng !**
18 P. **Dëgg la, wante dañu[6] wara[5] jàll ba Risaar-Tool.**
19 G. **Xanaa dangeen xam nit foofa ?**
20 P. **Déedéet ! xamuñu[4] fa kenn[7].**
21 G. **Mënuleena[4-5] fanaan ba ëllëg ?**
22 P. **Dama[6] bëgga[5] yónnee bataaxal tey sax, te fii amul[4] post.**
23 G. **Baax na ! kon nak demleen te ñów[8] !**

VOCABULAIRE

Verbes

fanaan	passer la nuit
jëm	être en train de se diriger vers
des	rester
xaar	attendre
tàng	être chaud, faire chaud, avoir chaud
war	devoir
jàll	continuer, passer
xam	savoir, connaître
mën	pouvoir
yónnee	envoyer

Noms

gard (b)	garde
ndesit (l)	reste
dëgg (g)	vérité
post (b)	poste
bataaxal (b)	lettre

1 *Sixième leçon*
2 *Au parc de Djoudj.*
3 *Le parc du Djoudj.*
4 *Pierre Dumas et ses invités, le garde du parc* (G.).

5 *Pierre Dumas et ses hôtes se trouvent dans le parc du Djoudj. Pierre Dumas parle avec le garde.*

6 P. *Tu as passé une bonne nuit ?*
7 G. *Ça va ! ton corps est en paix ?*
8 P. *Oui ! ça va !*
9 G. *Ah ! toi tu parles vraiment wolof !*
10 P. *Oui ! oui ! c'est vrai que je le parle un peu.*
11 G. *Où allez-vous ?*
12 P. *Nous sommes venus visiter le parc.*
13 G. *Et les autres, est-ce qu'ils parlent wolof ?*
14 P. *Non ! ils ne parlent pas wolof.*
15 G. *Quand allez-vous visiter le parc ?*
16 P. *Nous voulons y aller tout de suite.*
17 G. *Attendez la fin de l'après-midi ; c'est qu'à présent il fait chaud !*
18 P. *C'est vrai, mais nous voulons continuer jusqu'à Richard-Toll.*
19 G. *Est-ce parce que vous y connaissez du monde ?*
20 P. *Non ! nous n'y connaissons personne.*
21 G. *Vous ne pouvez pas attendre jusqu'à demain ?*
22 P. *C'est que je veux poster une lettre aujourd'hui même, et ici il n'y a pas de poste.*
23 G. *C'est bon ! alors, bonne route !*

Autres

de	vraiment
leegi	maintenant
wànte	mais
foofa	là-bas
kenn	quelqu'un, personne
ëllëg	demain
tey	aujourd'hui
sax	même
fii	ici (démonstratif)

Mots supplémentaires

sedd	être froid, faire froid
liw	avoir froid
nég	attendre
leetar (b)	lettre
démb	hier
bërkidémb	avant-hier
suba	matin ; demain
gannaaw suba	après-demain
gannaaw ëllëg	après-demain

COMMENTAIRE GRAMMATICAL

1) **Pierre Dumas a ngiy wax** est équivalent à **Pierre Dumas mu ngiy wax** ; de même, **Xale baa ngiy wax** équivaut à **Xale bi mu ngiy wax.**

2) **de** est une particule d'insistance.

3) **jëm :** *être en train d'aller.*

A la différence de **dem, jëm** est toujours employé avec l'indication d'un lieu.

4) **Dégguñu wolof** (ligne 14) ; **Xamuñu fa kenn** (ligne 20) ; **Mënuleena fanaan** (ligne 21) ; **Amul post** (ligne 22).

Ce sont les formes négatives de l'accompli. On les emploie sans valeur explicative ou justificative, lorsqu'il s'agit simplement de nier.

sg. 1.	**amuma**	*je n'ai pas*	pl. 1.	**amuñu**	*nous n'avons pas*
2.	**amuloo**	*tu n'as pas*	2.	**amuleen**	*vous n'avez pas*
3.	**amul**	*il n'a pas*	3.	**amuñu**	*ils n'ont pas*

Ainsi :

xam naa / xamuma ;	**xam nañu / xamuñu**
je sais / je ne sais pas ;	*nous savons / nous ne savons pas*

5) **bëgga** (ligne 16), **wara** (ligne 18), **mënuleena** (ligne 21).

Les verbes auxiliaires comme **bëgg** *vouloir ;* **war** *devoir ;* **mën** *pouvoir* sont suivis d'un **a** lorsqu'ils précèdent directement le verbe principal.

6) La conjugaison en **dafa** comme on le voit dans les exemples des lignes 17, 18, 22, prend souvent une valeur explicative ou justificative. Cette conjugaison s'emploie particulièrement souvent avec les verbes d'état.

7) **Xamuñu fa kenn** (ligne 20).

Rappelons que **kenn** veut dire *quelqu'un* dans une phrase affirmative et *personne* dans une phrase négative.

8) Il est d'usage, dans la société wolof, de souhaiter à la fois une bonne route et un prompt retour.

Demleen te nów ! *Allez et venez !*

EXERCICES

I. Mettre les phrases à la forme négative.

→ *Modèle*

Tàng na.	**Tàngul.**
Il fait chaud.	*Il ne fait pas chaud.*
Mën na dem.	**Mënul dem.**
Il pcut partir.	*Il nc pcut pas partir.*
Am na xaalis.	**Amul xaalis.**
Il a de l'argent.	*Il n'a pas d'argent.*

Transformer selon le même modèle :

Bëgg na ceebu jén.	**Bëggul ceebu jén.**
Il veut du riz au poisson.	
Xam nañu Dagana.	**Xamuñu Dagana.**
Nous connaissons Dagana.	
Yàgg ngeen fi.	**Yàgguleen fi.**
Vous êtes ici depuis longtemps.	
Am naa gan.	**Amuma gan.**
J'ai un invité.	
Ràbb nga njoowaan.	**Ràbbuloo njoowaan.**
Tu as tissé un hamac.	
Lekk na maafe.	**Lekkul maafe.**
Il a mangé du mafé.	
Bind naa Omar Gise.	**Binduma Omar Gise.**
J'ai écrit à Omar Guissé.	
Dégg ngeen wolof.	**Dégguleen wolof.**
Vous parlez wolof.	
Mën na dawal woto.	**Mënul dawal woto.**
Il sait conduire une auto.	
Ñawlu ngccn xaftaan.	**Ñawluwulccn xaftaan.**
Vous avez fait coudre un caftan.	

II. Formulez une phrase pour demander à votre interlocuteur où se trouve(nt) :

Omar	*le professeur*
les enfants	*leur professeur*
votre voiture	*leurs enfants*
son épouse	*leurs hôtes*

III. Répondez maintenant en employant le présentatif.

IV. Répondez ensuite avec la conjugaison en dafa.

V. Voici des questions auxquelles vous devrez répondre en employant chaque fois un pronom tonique (man ; yow ; **etc.).**

a) **Man, damay dem Gore, yow nak ?**
b) **Omar, dégg na wolof, xale yi nak ?**
c) **Yow, dangay dem tefes, Omar nak ?**
d) **Yow, dangay dem Ñokolokoba, ñun nak ?**
e) **Xale yi, dégg nañu wolof, man nak ?**
f) **Man, damay dem « Paris », yeen nak ?**

Leçon 7

Juróom ñaareelu njàng

1 **Juróom ñaareelu njàng.**
2 **Ñoom[1] Pierre Dumas dañu bëgga reer.**
3 **Benn paasyoŋ ci Risaar tool.**
4 **Pierre Dumas, ay ganam ak borom paasyoŋ** (B.).

5 **Ñoom Pierre Dumas agsi nañu Risaar Tool ; dañu xiif te mar. Pierre Dumas a ngiy wax ak been borom paasyoŋ.**

6 P. **Jàmm nga am ?**
7 B. **Jàmm rekk !**
8 P. **Indil ñu ñaari beer ak benn limonaat !**
9 B. **Duñu jaay sàngara fii.**
10 P. **Kon, indil ñu ñetti limonaat !**
11 B. **Lekk rekk lañuy jaay fii** *ou bien* **Lekk rekk lañu fiy jaay.**
12 P. **Dungeen jaay[2] ndox sax ?**
13 B. **Ndoxu róbine rekk lañu am ; kenn du[2] ko jaay.**
14 P. **Indil book ñetti ceebu jën !**
15 B. **A ! damay téj de. Waxtu wi jot na.**
16 **Demleen ca oteel ba !**
17 P. **Ñii, dañuy[3] ay gan te bëgga mos toggu Senegaal.**
18 B. **Kon, dangeen di xaar ba ëllëg.**
19 P. **Ëllëg, duñu[2] fi nekk ; dañuy dem Dagana.**
20 B. **Kan ngeen di àndal[4] Dagana ?**
21 P. **Anduñu ak[4] kenn. Dañu fa am xarit bu baax[5].**

VOCABULAIRE

Verbes

reer	dîner	**jot**	atteindre ; venir, arriver (pour l'heure, le moment)
mar	avoir soif	**mos**	goûter
xiif	avoir faim	**togg**	cuisiner
indi	apporter	**ànd**	aller avec, être accompagné de
jaay	vendre		
lekk	manger		
téj	fermer		

1 *Septième leçon.*
2 *Pierre Dumas et les siens veulent dîner.*
3 *Une gargote à Richard-Toll.*
4 *Pierre Dumas, ses invités et le patron* (Pat.) *de la gargote.*

5 *Pierre Dumas et les siens sont arrivés à Richard-Toll. Ils ont faim et soif. Pierre discute avec un gargotier.*

6	P.	*Ça va ?*
7	Pat.	*Ça va !*
8	P.	*Apporte-nous deux bières et une limonade !*
9	Pat.	*Nous ne vendons pas d'alcool ici.*
10	P.	*Alors apporte-nous trois limonades !*
11	Pat.	*Nous ne servons qu'à manger.*
12	P.	*Vous ne vendez même pas d'eau ?*
13	Pat.	*Nous n'avons que l'eau de la ville. Ça ne se vend pas.*
14	P.	*Alors apporte-nous trois riz au poisson !*
15	Pat.	*Ah ! c'est que je vais fermer ; c'est l'heure.*
16		*Allez à l'hôtel !*
17	P.	*C'est que j'ai avec moi des touristes qui veulent goûter la cuisine sénégalaise.*
18	Pat.	*Alors, vous attendrez jusqu'à demain.*
19	P.	*Demain, nous ne serons plus là, nous allons à Dagana.*
20	Pat.	*Avec qui allez-vous à Dagana ?*
21	P.	*Nous n'y allons avec personne. Nous y avons un bon ami.*

Noms

paasyoŋ (b)	gargote
borom (b)	maître
borom-paasyoŋ (b)	patron de gargote
beer (b)	bière
limonaat (b)	limonade
sàngara (s)	boisson alcoolisée
lekk (g)	nourriture
ndox (m)	eau
róbine (b)	robinet, fontaine publique
ceeb (b)	riz
jën *ou* **jén (w)**	poisson

waxtu (w)	heure
oteel (b)	hôtel
togg (b)	cuisine, plat
xarit (b)	ami

Mots supplémentaires

ndékki	prendre le petit déjeuner
añ	déjeuner
jénd	acheter
fey	payer
ub	fermer
ubbi	ouvrir
weesu	dépasser
naan	boire
waañ (w)	cuisine
borom-taksi (b)	chauffeur de taxi
biiñ (b)	vin
yàpp (w)	viande
lujum (j)	légume

COMMENTAIRE GRAMMATICAL

1) **Ñoom Pierre Dumas** (ligne 1). Lit. : *Eux Pierre Dumas,* i.e. *Pierre Dumas et compagnie.*

2) **Duñu jaay sàngara fii** (ligne 9) : *Nous ne vendons pas d'alcool ici.* **Dungeen jaay ndox sax ?** (ligne 12) : *Vous ne vendez pas même d'eau ?* **Keen du ko jaay** (ligne 13) : *Ça ne se vend pas.* **Duñu fi nekk** (ligne 19) : *Nous ne serons pas là.*

Voici les formes du négatif inaccompli :

sg.	1.	**duma jaay**	je ne vends pas
	2.	**doo jaay**	tu ne vends pas
	3.	**du jaay**	il ne vend pas
pl.	1.	**duñu jaay**	nous ne vendons pas
	2.	**dungeen jaay**	vous ne vendez pas
	3.	**duñu jaay**	ils ne vendent pas

Elles s'utilisent pour nier : *a* - une action en déroulement
b - une action future
c - une action habituelle.

Dans ce dernier cas, on a souvent des formes surcomposées, comme **dumay**, etc.

Dans ce dialogue, ces formes s'opposent aux formes affirmatives inaccomplies de la conjugaison en **dafa,** (cf. lignes 18 et 19), mais elles s'opposent également à la conjugaison en **dina.**

Dinaa dem. *J'irai*

Duma dem. *Je n'irai pas.*

Rappelons que le négatif inaccompli, lorsqu'il est suivi d'un prédicat non verbal (voir unité 2) s'oppose à la conjugaison en **la :**

Turist la. *C'est un touriste.*
Du turist. *Ce n'est pas un touriste.*

3) **Dañuy ay gan** (ligne 17) : *C'est que ce sont des étrangers,* ou *C'est que nous sommes des étrangers.*

Attention, en l'absence de verbe, les formes inaccomplies de **dafa** suivies d'un nom peuvent prendre le sens de *être* (avec valeur explicative) : **Damay turist :** *C'est que je suis touriste ;* **Turist laa :** *Je suis touriste (telle est ma condition).*

4) Dans certaines conditions, **ak,** dans son sens de *avec* est remplacé par un suffixe **- al** (ne pas confondre avec le **- al** bénéfactif que nous avons vu dans l'unité 2).

Comparez les lignes 20 et 21. Lorsque la phrase est construite avec la conjugaison en **- la** (emphatique du complément), comme c'est le cas dans les questions ouvertes, **ak** est systématiquement remplacé par **- al.**

Maa ngiy ànd ak Omar.	*Je vais avec Omar.*
Omar laay àndal.	*C'est avec Omar que je vais.*
Kan laay àndal ?	*Avec qui vais-je ?*
Ànduma ak kenn.	*Je ne vais avec personne.*

5) Le wolof n'ayant pas d'adjectifs, pour qualifier un nom, on y ajoute un verbe d'état qualificatif (ex. : **baax** *être bon*) relié par la particule **bu. Benn xarit bu baax :** *un ami qui est bon, un bon ami.*

EXERCICES

I. Constructions avec - al d'accompagnement

→ Exercice 1
→ *Modèle*

Mu ngiy wax ak Omar. *Il parle avec Omar.*	**Omar lay waxal.** *C'est avec Omar qu'il parle.*

Transformer selon le même modèle :

Mu ngiy fo ak rakkam. *Il joue avec son petit frère.*	**Rakkam lay fowal.**
Damay ànd ak Omar. *Je vais avec Omar.*	**Omar laay àndal.**
Musaa ngiy bëre ak Abdu. *Moussa lutte avec Abdou.*	**Abdu la Musaa di bëreel.**
Faatoo ngiy xuloo ak Astu. *Fatou se dispute avec Astou.*	**Astu la Faatu di xulool.**
Pierre a ngiy rawante ak Omar. *Pierre fait la course avec Omar.*	**Omar la Pierre di rawanteel**
Omar a ngiy nuyoo ak Pierre. *Omar échange des salutations avec Pierre.*	**Pierre la Omar di nuyool.**
Omar a ngi lëngoo ak Pierre. *Omar et Pierre se tiennent par l'épaule.*	**Pierre la Omar lëngool.**
Pierre a ngi far ak Omar. *Pierre est du parti d'Omar.*	**Omar la Pierre faral.**
Pierre a ngiy wéccoo xalaat ak Omar. *Pierre échange des idées avec Omar.*	**Omar la Pierre di wéccool xalaat.**

→ Exercice 2 :
→ *Modèle*

Omar a ngiy wax ak Pierre. *Omar parle avec Pierre.*	**Kan la Omar di waxal ?** *Avec qui Omar parle-t-il ?*

Transformer selon le même modèle :

Mu ngiy fo ak rakkam. *Il joue avec son petit frère.*	**Kan lay fowal ?**
Musaa ngiy bëre ak Abdu. *Moussa lutte avec Abdou.*	**Kan la Musaa di bëreel ?**
Faatoo ngiy xuloo ak Astu. *Fatou se dispute avec Astou.*	**Kan la Faatu di xulool ?**
Pierre a ngiy rawante ak Omar. *Pierre fait la course avec Omar.*	**Kan la Pierre di rawanteel ?**
Omar a ngiy nuyoo ak Pierre. *Omar échange des salutations avec Pierre.*	**Kan la Omar di nuyool ?**
Omar a ngi lëngoo ak Pierre. *Omar et Pierre se tiennent par l'épaule.*	**Kan la Omar lëngool ?**
Pierre a ngi far ak Omar. *Pierre prend parti pour Omar.*	**Kan la Pierre faral ?**
Pierre a ngiy wéccoo xalaat ak Omar. *Pierre échange des idées avec Omar.*	**Kan la Pierre di wéccool xalaat ?**
Maa ngiy ànd ak Omar. *Je vais avec Omar.*	**Kan laay àndal ?**

II. Mettre les phrases à la forme négative

→ *Modèle*

Gannaaw suba damay seeti Abdu. *Après-demain, je vais voir Abdou.*	**Gannaaw suba duma seeti Abdu** *Après-demain, je n'irai pas voir Abdou.*
Ëllëg dinaa seeti Abdu. *Demain, j'irai voir Abdou.*	**Ëllëg duma seeti Abdu.** *Demain, je n'irai pas voir Abdou.*
Dinaay seeti Abdu. *Je vais habituellement voir Abdou.*	**Dumay seeti Abdu.** *Habituellement, je ne vais pas voir Abdou.*

Transformer selon le même modèle :

Ëllëg damay dem Gore. *Demain, j'irai à Gorée.*	**Ëllëg duma dem Gore.**
Déwén dinga dem « *Inde* ». *L'an prochain, tu iras en Inde.*	**Déwén doo dem « *Inde* ».**
Dinay tóx « *Gauloises* ». *Il fume des Gauloises.*	**Duy tóx « *Gauloises* ».**
Dinaay seeti suma xarit. *Je vais voir mon ami habituellement.*	**Dumay seeti suma xarit.**
Dafay liggéey gannaaw suba. *Il travaille après-demain.*	**Du liggéey gannaaw suba.**
Dinañuy dem tefes. *Nous allons à la plage habituellement.*	**Duñuy dem tefes.**
Damay jàngi ekool suba. *Je vais à l'école demain.*	**Duma jàngi ekool suba.**
Dinga mën wolof fii ak ñenti weer. *Tu sauras le wolof dans 4 mois.*	**Doo mën wolof fii ak ñenti weer.**
Dafay wëri Kaasamaas ëllëg. *Il va visiter la Casamance demain.*	**Du wëri Kaasamaas ëllëg.**

III. Passer de la conjugaison en damay + *nom* à la conjugaison en **la.**

→ *Modèle*

Damay baykat. *C'est que je suis cultivateur.*	**Baykat laa.** *Je suis cultivateur.*
Dañuy eleew. *C'est que nous sommes élèves.*	**Eleew lañu.** *Nous sommes élèves.*

Transformer selon le même modèle :

Damay gan. *C'est que je suis un invité.*	**Gan laa.**
Dañuy turist. *C'est que nous sommes touristes.*	**Turist lañu.**
Dafay xale. *C'est qu'il est enfant.*	**Xale la.**
Dangay góor. *C'est que tu es un homme.*	**Góor nga.**
Dangeen di wolof. *C'est que vous êtes wolof.*	**Wolof ngeen.**
Damay mag. *C'est que je suis âgé.*	**Mag laa.**
Dafay suma xarit. *C'est qu'il est mon ami.*	**Suma xarit la.**
Dangay jàngalekat. *C'est que tu es professeur.*	**Jàngalekat nga.**
Damay doktoor. *C'est que je suis docteur.*	**Doktoor laa.**

Leçon 8

Juróom ñetteelu njàng

1 **Juróom ñettelu njàng.**
2 **Mbirum sarica.**
3 **Kër Mëbokk Faal.**
4 **Pierre Dumas ak ay ganam, Mëbokk Faal** (M.).

5 **Ñoom Pierre Dumas agsi nañu Dagana. Ñu ngi dal kër Mëbokk Faal, xaritu Pierre Dumas, Pierre a ngiy waxtaan ak njaatigeem.**

6 M. **Ndax àgg ngeen ca foor ba ?**
7 P. **Déedéet ! foor ba dafa sore, te suma pàppa dafa sonn.**
8 M. **Xaaral ma wékk[1] njoowaan gi ca keppaar ga, sa pàppa noppalu[1] !**
9 P. **Sa njoowaan gi rafet na lool.**
10 M. **Maa ràbb[2] bii ak bee ca gannaaw toogu ba.**
11 P. **Dinaa jénd benn ëllëg.**
12 M. **Bitiku Baxaw mooy jaay[2] njoowaan.**
13 P. **Fan la bitiku Baxaw nekk ?** (ou) **Fu bitiku Baxaw nekk ?[3]**
14 M. **Mu nga ca marse ba, ca wetu foor ba.**
15 P. **Ndax bitiku Baxaw am na batik ?**
16 M. **Déedéet ! amul batik.**
17 P. **Cuub nak ?**
18 M. **Du jaay cuub itam.**
19 P. **Kan moo koy jaay[2] ?**
20 M. **Algoor mooy jaay[2] batik yeek[4] cuub yi ; mooy[2] garjeŋu foor bi.**
21 P. **Dafay garde foor bi, di jaayaale[5] turist yi ay sarica ?**
22 M. **Waaw !**
23 P. **Sófi de moom, sarica rekk moo nekk[2] ci xelam.**
24 M. **Wax na dëgg, ay doomam lay xalaat.**
25 P. **Baax na ; yaakaar naa dinañu fa mëna dem ëllëg.**

1 *Huitième leçon.*
2 *A propos de cadeaux.*
3 *La maison de Mebok Fall.*
4 *Pierre Dumas, ses invités et Mebok Fall.*

5 *Pierre Dumas et les siens sont arrivés à Dagana. Ils sont descendus chez Mebok Fall, un ami de Pierre Dumas. Pierre bavarde avec son hôte.*

6 M. *Est-ce que vous êtes allés jusqu'au fort ?*
7 M. *Non ! le fort est loin et mon père est fatigué.*
8 M. *Attends que je suspende le hamac à l'ombre pour que ton père se repose !*
9 P. *Ton hamac est très joli.*
10 M. *C'est moi qui ai tissé celui-ci, et celui-là, derrière le siège.*
11 P. *J'en achèterai un demain.*
12 M. *C'est la boutique de Bakhaw qui vend des hamacs.*
13 P. *Où se trouve la boutique de Bakhaw ?*
14 M. *Elle est dans le marché, près du fort.*
15 P. *Est-ce qu'on y trouve aussi des batiks ?*
16 M. *Non ! il n'y a pas de batiks.*
17 P. *Et du tissu teint à l'indigo ?*
18 M. *Non plus !*
19 P. *Qui est-ce qui en vend ?*
20 M. *C'est Algor qui vend du batik et du tissu teint à l'indigo ; c'est le gardien du fort.*
21 P. *Il garde le fort, tout en vendant des articles pour touristes ?*
22 M. *Oui !*
23 P. *Sophie, elle, elle ne pense qu'à ça, aux cadeaux-souvenirs.*
24 M. *Elle a raison, elle pense à ses enfants.*
25 P. *C'est bon ; j'espère que nous pourrons y aller demain.*

VOCABULAIRE

Verbes

dal	descendre, se poser, atteindre
sonn	être fatigué
wékk	suspendre
rafet	être joli
ràbb	tisser
toog	être assis, s'asseoir
garde	garder
wax dëgg	dire la vérité, avoir raison
xalaat	penser, songer, réfléchir
yaakaar	espérer
noppalu	se reposer

Noms

mbir (m)	affaire
sarica (b)	cadeau-souvenir
njaatige (b)	hôte, patron
foor (b)	fort, forteresse
coono (j)	fatigue
njoowaan (g)	hamac
ràbb (b)	tissage
xel (m)	esprit, pensée, intelligence
toogu (b)	siège
bitik (b)	boutique
marse (b)	marché
cuub (b)	teinture traditionnelle à l'indigo
cuubkat (b)	teinturier
garjeŋ (b)	gardien
xalaat (w)	pensée, opinion
yaakaar (w)	espoir

Autres

mbiru	à propos de
lool	très
wax dëgg	en vérité, vraiment

Mots supplémentaires

ñaaw	être laid
foog	croire, penser
surga (b)	employé, personne à charge, dépendante du chef de famille
taabal (b)	table
lal (b)	lit

COMMENTAIRE GRAMMATICAL

1) Ligne 8 : **Ma wékk njoowaan gi..., sa pàppa noppalu.** Ces formes appartiennent à la conjugaison dite « neutre » :

sg. 1.	**ma dem**	*je vais*	pl. 1.	**ñu dem**	*nous allons*
2.	**nga dem**	*tu vas*	2.	**ngeen dem**	*vous allez*
3.	**mu dem**	*il va*	3.	**ñu dem**	*ils vont*

La conjugaison en **mu** est d'un usage très fréquent (environ 50 % des formes verbales) ; elle se distingue des autres conjugaisons par le fait que ses valeurs aspectuelles, temporelles et modales se déduisent du contexte et non de la situation d'énonciation ; c'est la seule conjugaison utilisée dans les subordonnées (temporelles, conditionnelles, relatives, complétives) où elle correspond souvent à un subjonctif français. En proposition indépendante, elle correspond en gros au présent français, dans ceux de ses emplois qui ne renvoient pas à l'actuel (présent de narration, du reportage, présent habituel, présent injonctif, hypothétique, à valeur de futur) ou à un passé simple dans le récit. Cette conjugaison connaît, comme les autres, des formes d'inaccompli.

2) ligne 10. **Maa ràbb bii ak bee** ; ligne 12. **Bitiku Baxaw mooy jaay** ; ligne 20. **Algoor mooy jaay batik... mooy garjeŋu foor bi** ; ligne 23. **Sarica rekk moo nekk ci xelam.**

Voici la conjugaison en **moo** qui met en relief le sujet de la phrase :

sg.	1.	**maa(y) ràbb**	c'est moi qui ai tissé (qui tisse).
	2.	**yaa(y) ràbb**	c'est toi qui as tissé (qui tisse).
	3.	**moo(y) ràbb**	c'est lui qui a tissé (qui tisse).
pl.	1.	**ñoo(y) ràbb**	c'est nous qui avons tissé (qui tissons).
	2.	**yeena(y) ràbb**	c'est vous qui avez tissé (qui tissez).
	3.	**ñoo(y) ràbb**	c'est eux qui ont tissé (qui tissent).

De même que la conjugaison en **la**, qui met en relief le complément, s'utilise pour former les questions ouvertes portant sur un complément, la conjugaison en **moo** sert à poser des questions portant sur un sujet comme ligne 19 :

Kan moo koy jaay ?	*Qui vend cela ?*
Kan moo ko def ?	*Qui l'a fait ?*
Kan mooy jaay batik ?	*Qui vend du batik ?*

Comparez avec la conjugaison qui met en relief le complément :

Lan lay def ?	*Qu'est-ce qu'il fait ?*
Kan ngeen di seeti ?	*Qui allez vous voir ?*

Noter que **kan moo** (sg.) / **ñan ñoo** (pl.) peuvent se contracter en **ku** et **ñu.** Ainsi :

Kan moo ko def ? peut donner	**Ku ko def ?**
Ñan ñoo ko def ?	**Ñu ko def ?**

Noter que **mooy** suivi d'un nom correspond à *« être »*. Par exemple **Mooy garjeŋu foor bi :** *C'est le gardien du fort,* ou **Kii mooy suma xarit :** *C'est lui qui est mon ami.*

3) Formation des questions sur le lieu.

a - avec **ana,** sans verbe :

ana Duudu ? *Où est Doudou ?*

b - avec **fan,** plus verbe. Dans ce cas, la conjugaison en **la** s'impose (voir ligne 13) : **Fan la bitiku Baxaw nekk ? Bitiku Baxaw fan la nekk ?** *Où se trouve la boutique de Baxaw ?*

Noter ici aussi que **fan la** peut céder la place à **fu** + conjugaison neutre. Ainsi :

Fan la bitiku Baxaw nekk ?	*Où se trouve la boutique*
Fu bitiku Baxaw nekk ?	*de Bakhaw ?*
ou **Bitiku Baxaw fu mu nekk ?**	

Tableau de correspondance

fan laay dem ?	**fu may dem ?**	*où vais-je ?*
fan ngay dem ?	**fooy* dem ?**	*où vas-tu ?*
fan lay dem ?	**fu muy dem ?**	*où va-t-il ?*
fan lañuy dem ?	**fu ñuy dem ?**	*où allons-nous ?*
fan ngeen (di) dem ?	**fu ngeen (di) dem ?**	*où allez-vous ?*
fan lañuy dem ?	**fu ñuy dem ?**	*où vont-ils ?*

* Contraction de **fu ngay**

4) Ligne 20 : **yeek** est la forme contractée de **yi** + **ak**.

5) Ligne 21 : **di jaayaale**. Le suffixe **aale** ajouté au verbe **jaay** *vendre* donne l'idée de la simultanéité : *il garde le fort* tout en *vendant*.

Les mots interrogatifs (récapitulatif)

xanaa... ?	*serait-ce que ?*
mbaa... ?	*est-ce que ?* (quand on souhaite ce qu'on demande)
ndax... ?	*est-ce que ?* (neutre)

Exemples :	**Xanaa dafa ñów ?**	*Serait-il venu ?*
	Mbaa dem na ?	*Est-il parti (j'espère qu'il l'est) ?*
	Ndax dem na ?	*Est-il parti ?*

ana... ?	*où est ?*
fan... ?	*où ?*

Exemples :	**Ana yoon wi ?**	*Où est le chemin ?*
	Fan la nekk ?	*Où se trouve-t-il ?*

kan... ? *qui ?* (humain, singulier)
ñan... ? *qui ?* (humains, pluriel)
lan... ? *quoi ?*

Exemples : **Kan la ?** *Qui est-ce ?*
Lan nga wax ? *Qu'as-tu dit ?*

kañ... ? *quand ?*
nan... ? *comment ?*
naka... ? *comment ?* (variante de **nan**)

Exemples : **Kañ nga nów ?** *Quand es-tu venu ?*
Nan la ? *C'est comment ?*

ban... ? *quel ?*
yan... ? *quels ?*
ñaata... ? *combien de ?*

Exemples : **Ban yoon ?** *Quel chemin ?*
Yan yoon ? *Quels chemins ?*
Ñaata nit ? *Combien de personnes ?*

EXERCICES

I. Mise en relief du sujet *(c'est X qui...)*

→ Exercice 1 :
→ *Modèle*

Dafa jàpp sëdd. *Il a pris un barracuda.*	**Moo jàpp sëdd.** *C'est lui qui a pris un barracuda.*
Dama sopp xale bii. *J'aime cet enfant.*	**Maa sopp xale bii.** *C'est moi qui aime cet enfant.*
Danga fàtte sa caabi. *Tu as oublié ta clé.*	**Yaa fàtte sa caabi.** *C'est toi qui as oublié ta clé.*

Transformer selon le même modèle :

Dafa agsi ci ngoon. *Il est arrivé le soir.*	**Moo agsi ci ngoon.**
Dangeen bëgga dem. *Vous voulez partir.*	**Yeena bëgga dem.**

Damay ñawlu robb. *Je fais coudre une robe.*	**Maay ñawlu robb.**
Dañuy waxaale batik. *Nous discutons le prix d'un batik.*	**Ñooy waxaale batik.**
Dangeen di dem « Paris ». *Vous allez à Paris.*	**Yeenay dem « Paris ».**
Damay dem Ñooro. *Je vais à Nioro.*	**Maay dem Ñooro.**
Dafa gis yaayam. *Il a vu sa mère.*	**Moo gis yaayam.**
Dama sopp kanamam. *J'aime son visage.*	**Maa sopp kanamam.**
Dangay bind leetar. *Tu écris une lettre.*	**Yaay bind leetar.**
Dañuy wut liggéey. *Ils cherchent du travail.*	**Ñooy wut liggéey.**
Dangeen di seetaan film bi. *Vous regardez le film.*	**Yeenay seetaan film bi.**
Dafay raxas ndab yi. *Elle lave la vaisselle.*	**Mooy raxas ndab yi.**
Damay roose garab yi. *J'arrose les arbres.*	**Maay roose garab yi.**
Dañuy jàng wolof. *Nous apprenons le wolof.*	**Ñooy jàng wolof.**
Dafay dëglu jàngalekat bi. *Il écoute le professeur.*	**Mooy dëglu jàngalekat bi.**
Dañu yónnee wuti xorom. *Nous avons envoyé chercher du sel.*	**Ñoo yónnee wuti xorom.**
Dafay defar wotoom. *Il répare sa voiture.*	**Mooy defar wotoom.**
Dangeen di xaar gaal gi. *Vous attendez le bateau.*	**Yeenay xaar gaal gi.**
Damay ànd ak yow Gore. *Je vais avec toi à Gorée.*	**Maay ànd ak yow Gore.**

→ Exercice 2 : Question portant sur le sujet

→ *Modèle*

Omar jàpp na sëdd. *Omar a pris un barracuda.*	**Kan moo jàpp sëdd ?** *Qui a pris un barracuda ?*
Xale yi réeral nañu caabi ji. *Les enfants ont égaré la clé.*	**Ñan ñoo réeral caabi ji ?** *Qui a égaré la clé ?*

Transformer selon le même modèle :

Gan gi agsi na ci ngoon. *L'invité est arrivé ce soir.*	**Kan moo agsi ci ngoon ?**
Ñoom Omar dañu bëgga dem. *Les Omar veulent partir.*	**Ñan ñoo bëgga dem ?**
Astu dafay ñawlu robb. *Astou fait coudre une robe.*	**Kan mooy ñawlu robb ?**
Turist yi dañuy waxaale batik. *Les touristes discutent le prix d'un batik.*	**Ñan ñooy waxaale batik ?**
Yaak Omar dangeen di dem « Paris ». *Omar et toi vous allez à Paris.*	**Ñan ñooy dem « Paris » ?**
Damay dem Ñooro. *Je vais à Nioro.*	**Kan mooy dem Ñooro ?**
Astu dafa gis yaayam. *Astou a vu sa mère.*	**Kan moo gis yaayam ?**
Waa Ndar dañu sopp ceebu jën. *Les Saint-Louisiens aiment le riz au poisson.*	**Ñan ñoo sopp ceebu jën ?**
Jàngalekat bi dafay bind. *Le professeur écrit.*	**Kan mooy bind ?**
Janx yii dañuy wut liggéey. *Ces filles cherchent du travail.*	**Ñan ñooy wut liggéey ?**

Pierre ak ay ganam ñu ngiy lekk. *P. et ses invités mangent.*	**Ñan ñooy lekk ?**
Astoo ngiy raxas ndab yi. *Astou lave la vaisselle.*	**Kan mooy raxas ndab yi ?**
Eleew yaa ngiy roose garab yi. *Les élèves arrosent les arbres.*	**Ñan ñooy roose garab yi ?**

→ Exercice 3 :
→ *Modèle*

Kan moo tàccu ? (man) *Qui a applaudi ? (moi)*	**Man, maa tàccu.** *C'est moi qui ai applaudi.*

Transformer selon le même modèle :

Kan moo ñów ? (Omar) *Qui est venu ? (Omar)*	**Omar, moo ñów.**
Kan moo ubbi bunt bi ? (man) *Qui a ouvert la porte ? (moi)*	**Man, maa ubbi bunt bi.**
Kan moo indi leetar bi ? (xale bi) *Qui a apporté la lettre ? (l'enfant)*	**Xale bi, moo indi leetar bi.**
Kan moo toj kaas bi ? (yow) *Qui a cassé le verre ? (toi)*	**Yow, yaa toj kaas bi.**
Lan moo ci tuuru ? (soow) *Qu'est-ce qui s'y est renversé ? (lait caillé)*	**Soow, moo ci tuuru.**
Ban moo baax ? (bale) *Lequel est bon ? (celui-là)*	**Bale, moo baax.**
Lan moo gaañ Omar (paaka bi). *Qu'est-ce qui a blessé Omar ? (le couteau)*	**Paaka bi, moo gaañ Omar.**
Ban lamp moo yàqu ? (bii) *Quelle lampe est en panne ? (celle-ci)*	**Bii, moo yàqu.**

Fan moo taq ? (fii) *Où est-ce taché ? (ici)*	**Fii, moo taq.**
Lan moo damm ? (njàppu li) *Qu'est-ce qui est cassé ? (le poignet)*	**Njàppu li, moo damm.**

II. Variantes de questions en « fan » **(où... ?)**

→ Exercice 1 :
→ *Modèle*

Fan la bitiku Baxaw nekk ? *Où se trouve la boutique de Bakhaw ?*	**Bitiku Baxaw fan la nekk ?** *La boutique de Bakhaw, où se trouve-t-elle ?*
Fan la Pierre Dumas dem ? *Où est allé P. ?*	**Pierre Dumas fan la dem ?** *P., où est-il allé ?*
Fan la kuddu yi nekk ? *Où sont les cuillères ?*	**Kuddu yi fan lañu nekk ?** *Les cuillères, où sont-elles ?*

Transformer selon le même modèle :

Fan la iniwersite nekk ? *Où se trouve l'université ?*	**Iniwersite fan la nekk ?**
Fan la marse bi nekk ? *Où se trouve le marché ?*	**Marse bi fan la nekk ?**
Fan la xale bi dem ? *Où l'enfant est-il parti ?*	**Xale bi fan la dem ?**
Fan la sa jëkkër di liggéeye ? *Où travaille ton époux ?*	**Sa jëkkër fan lay liggéeye ?**
Fan la wanag wi nekk ? *Où sont les toilettes ?*	**Wanag wi fan la nekk ?**
Fan la muus mi tëdd ? *Où est couché le chat ?*	**Muus mi fan la tëdd ?**
Fan la lujum biy jaaye ? *Où vend-on les légumes ?*	**Lujum bi fan lay jaaye ?**
Fan la yére bi nekk ? *Où se trouve l'habit ?*	**Yére bi fan la nekk ?**
Fan la kaas bi toje ? *Où le verre s'est-il cassé ?*	**Kaas bi fan la toje ?**

Fan la tëgg bi nekk ? — **Tëgg bi fan la nekk ?**
Où se trouve le forgeron ?

→ Exercice 2 :
→ *Modèle*

Fan la Omar tëdd ? — **Fu Omar tëdd ?**
Où est couché Omar ?
Fan la nekk ? — **Fu mu nekk ?**
Où est-il ?
Fan nga wax ? — **Foo wax ?**
Où as-tu dit ?

Transformer selon le même modèle :

Fan la muus mi dugg ? — **Fu muus mi dugg ?**
Où est entré le chat ?
Fan la xale yi nekk ? — **Fu xale yi nekk ?**
Où sont les enfants ?
Fan laay toog ? — **Fu may toog ?**
Où vais-je m'asseoir ?
Fan ngeen dëkk — **Fu ngeen dëkk ?**
Où habitez-vous ?
Fan lanuy pintiir ? — **Fu ñuy pintiir ?**
Où allons-nous peindre ?
Fan nga ñaw ? — **Foo ñaw ?**
Où as-tu cousu ?
Fan laa teg caabi ji ? — **Fu ma teg caabi ji ?**
Où ai-je posé la clé ?
Fan nga tuur mbalit mi ? — **Foo tuur mbalit mi ?**
Où as-tu vidé les ordures ?
Fan ngeen yóbbu gan yi ? — **Fu ngeen yóbbu gan yi ?**
Où avez-vous emmené les invités ?
Fan ngay dem ëllëg ? — **Fooy dem ëllëg ?**
Où vas-tu demain ?

III. Transformation de kan *(qui ?)* **en** ku **et de** nan **en** nu.

→ *Modèle*

Kan moo toj kaas bi ?	**Ku toj kaas bi ?**
Qui a cassé le verre ?	*Qui a cassé le verre ?*
Ñan ñoo dugg ci néeg bi ?	**Ñu dugg ci néeg bi ?**
Qui (pl.) est entré dans la chambre ?	*Qui (pl.) est entré dans la chambre ?*

Transformer selon le même modèle :

Kan moo taal lamp bi ?	**Ku taal lamp bi ?**
Qui a allumé la lampe ?	
Ñan ñoo ubbi bunt bi ?	**Ñu ubbi bunt bi ?**
Qui (pl.) a ouvert la porte ?	
Ñan ñoo def lii ?	**Ñu def lii ?**
Qui (pl.) a fait ça ?	
Kan moo tuur ndox mi ?	**Ku tuur ndox mi ?**
Qui a jeté l'eau ?	
Kan moo dem marse tey ?	**Ku dem marse tey ?**
Qui est allé au marché aujourd'hui ?	
Ñan ñoo gis weer wi ?	**Ñu gis weer wi ?**
Qui (pl.) a vu la lune ?	
Ñan ñoo jénd woto ?	**Ñu jénd woto ?**
Qui (pl.) a acheté une voiture ?	
Kan moo dégg wolof ?	**Ku dégg wolof ?**
Qui parle wolof ?	
Kan moo indi mburu mi ?	**Ku indi mburu mi ?**
Qui a apporté le pain ?	
Ñan ñoo woo taksi bi ?	**Ñu woo taksi bi ?**
Qui (pl.) a appelé le taxi ?	

Leçon 9

Juróom ñenteelu njàng

1 **Juróom ñenteelu njàng.**
2 **Ñoom Pierre ñu ngiy waaja génn.**
3 **Ci Kër Mëbokk Faal.**
4 **Pierre Dumas ak Mëbokk Faal.**

5 **Pierre Dumas ak Mëbokk Faal a ngiy seet naka lañuy doxale[1] bëccëg bi.**

6 M. **Pierre, na nga fanaane ?**
7 P. **Jàmm rekk !**
8 M. **Mbaa yoo yi gëtënuñu la ?**
9 P. **Yéguma benn yoo, nelaw naa bu baax-a-baax.**
10 M. **Kañ lañuy dem ?**
11 P. **Fan ?**
12 M. **Wuti njoowaan !**
13 P. **Nañu xaar[2] ba jant bi fenk[3] !**
14 M. **Bu jant bi fenkee[3], damay yóbbu Sófi ca Algoor.**
15 P. **Ana Sófi ?**
16 M. **Nuyoo naa ak moom ci ëtt bi léegi bi ma agsee[3].**
17 P. **Su ma sawaree[3], dinaa ànd ak yeen benn yoon[4].**
18 M. **Danga bëgga jénd cuub ?**
19 P. **Déedéet ! damay wëraale foor ba rekk.**
20 M. **Mësuloo[5] dem foor ba ?**
21 P. **Axakay[6] ! ba ma fi ñówee[3] suma yoon wu jëkk-a-jëkk[7], dem naa fa.**
22 M. **Su sa pàppa yewwoo[3] amaat na mu bëgga[8] ànd ak ñun.**

VOCABULAIRE

Verbes

waaj	s'apprêter à
génn	sortir
doxal	faire marcher, organiser
gëtën	déranger, gêner
yég	sentir, être au courant, ressentir
nelaw	dormir
wut	chercher
fenk	se lever (soleil)
sawar	être en forme
mas, mës, mos	faire, avoir fait une fois (au moins)
yewwu	s'éveiller
amaat na	il est possible

Noms

bëccëg (b)	journée
yoo (b)	moustique
jant (b)	soleil (astre)
ëtt (b)	cour, préau

1 *Neuvième leçon*

2 *Pierre Dumas et les siens se préparent à sortir.*

3 *La maison de Mebok Fall.*

4 *Pierre Dumas et Mebok Fall.*

5 *Pierre Dumas et Mebok Fall font des projets pour la journée.*

6 M. *Pierre, tu as bien dormi ?*

7 P. *Très bien !*

8 M. *J'espère que les moustiques ne t'ont pas dérangé ?*

9 P. *Je n'ai senti aucun moustique, j'ai dormi tout à fait bien.*

10 M. *Quand y allons-nous ?*

11 P. *Où ça ?*

12 M. *Chercher un hamac !*

13 P. *Attendons que le soleil soit plus haut !*

14 M. *Quand le soleil sera haut, j'emmènerai Sophie chez Algor.*

15 P. *Où est Sophie ?*

16 M. *On s'est dit bonjour dans la cour à l'instant, quand je suis arrivé.*

17 P. *Si je me sens en forme, j'irai avec vous en même temps.*

18 M. *Tu veux acheter du tissu teint à l'indigo ?*

19 P. *Non ! Je veux seulement visiter le fort.*

20 M. *Tu n'es jamais allé au fort ?*

21 P. *Si, si ! J'y suis allé la toute première fois que je suis venu ici.*

22 M. *Si ton père est réveillé, peut-être voudra-t-il aller avec nous ?*

Autres

benn	un ; aucun (avec négation)
bu baax-a-baax	très bien
jëkk-a-jëkk	tout premier
axakay	mais si !

Mots supplémentaires

dox	marcher
léjal	gêner, déranger, emmêler
gis	voir, trouver
dugg	entrer
naaj (w)	soleil (lumière ou chaleur)
sowwu	Ouest
penku (b)	Est

COMMENTAIRE GRAMMATICAL

1) Avec certains types de question portant sur la manière, la direction, le lieu ou l'instrument, le verbe prend un suffixe *-e* comme dans : **Naka lañuy doxale bëccëg bi ?** *« Comment vont-ils passer la journée » ?* La présence de ce suffixe permet de distinguer :

Fan laay ñaw ?	*Quel endroit dois-je recoudre ?* (Litt. : *je couds où ?)*
Fan laay ñawe ?	*En quel lieu est-ce que je couds ?* (i.e. : *où m'installer à coudre ?*)
Fan lay wax ?	*Où dit-il ?*
Fan lay waxe ?	*D'où parle-t-il ?* (i.e : *à partir d'où*)
Lan ngay bind ?	*Qu'écris-tu ?*
Lan ngay binde ?	*Avec quoi écris-tu ?*

Ce **-e** se retrouve dans les phrases affirmatives correspondantes.

Estilo lay binde *C'est avec un stylo qu'il écrit.*

Ce suffixe verbal, d'un maniement assez difficile, joue le rôle que jouent les prépositions introduisant des compléments circonstantiels en français.

2) **nañu xaar** : 1re personne du pluriel de l'obligatif dont voici la conjugaison :

sg.	1.	**naa dem**	que je parte !
	2.	**nanga dem**	que tu partes !
	3.	**na dem**	qu'il parte !
pl.	1	**nañu dem**	que nous partions !
	2.	**nangeen dem**	que vous partiez !
	3.	**nañu dem**	qu'ils partent !

3) Lignes 13, 14, 16, 17, 21 : subordonnées temporelles et hypothétiques.

Les particules **bi, ba, bu** (ou la variante **su)** se combinent avec les formes de la conjugaison neutre (en **mu)** auxquelles s'ajoute la particule d'antériorité **-ee** (**-aa, -oo** après **-a, -u** final) pour donner les constructions suivantes :

a) **bi** + *conjugaison neutre* + **ee/oo/aa. bi mu agsee** *quand il est arrivé/quand il fut arrivé*. En ce cas, l'action de la subordonnée précède celle de la principale, toutes deux étant situées dans le passé.

b) si l'on remplace **bi** par **ba**, l'action se passe en principe dans un passé plus éloigné : **ba ma fi ñówee** (ligne 21) *Quand je suis venu ici jadis.*

c) **bu/su** + *conjugaison neutre* + **ee/oo/aa**. Dans **bu ma agsee** : *quand je serai arrivé*, l'action de la subordonnée est toujours antérieure à celle de la principale, mais cette fois toutes deux sont envisagées dans l'avenir, d'où la valeur hypothétique de cette construction. **Bu ma agsee** veut dire aussi ; *si j'arrive* (variante de l'hypothétique : **su ma agsee**).

Sans la particule d'antériorité, (ligne 13 : **ba jant bi fenk** *Jusqu'à ce que le soleil se lève.*) **ba** + *conjugaison neutre* a le sens de *« jusqu'à »* ; comparez **ba ma ñówee** : *lorsque je suis arrivé ici (il y a longtemps) avec* **ba ma ñów** : *jusqu'à ce que j'arrive.*

Récapitulation

• Subordonnée dont l'action est antérieure au moment de l'énonciation (la principale elle-même étant au passé)

bi ma agsee	*quand je fus arrivé*
bi nga agsee	*quand tu fus arrivé*
bi mu agsee	*quand il fut arrivé*
bi ñu agsee	*quand nous fûmes arrivés*
bi ngeen agsee	*quand vous fûtes arrivés*
bi ñu agsee	*quand ils furent arrivés*

Si l'on remplace **bi** par **ba** dans les exemples ci-dessus, on obtient le sens d'un passé plus éloigné.

• Subordonnée dont l'action est postérieure au moment de l'énonciation (la principale elle-même se situant dans l'avenir)

bu ma agsee	*quand je serai arrivé, si j'arrive*
boo agsee	*quand tu seras arrivé, si tu arrives*
bu agsee	*quand il sera arrivé, s'il arrive*
bu ñu agsee	*quand nous serons arrivés, si nous arrivons*
bu ngeen agsee	*quand vous serez arrivés, si vous arrivez*
bu ñu agsee	*quand ils seront arrivés, s'ils arrivent*

• Subordonnée hypothétique

su ma agsee	*si j'arrive*
soo agsee	*si tu arrives*
su agsee	*s'il arrive*
su ñu agsee	*si nous arrivons*
su ngeen agsee	*si vous arrivez*
su ñu agsee	*s'il arrivent*

4) **benn yoon** : *une fois* ou, ici : *en même temps*.

5) **mësuloo dem** : **mës** *faire une fois (au moins)* ; ce verbe « opérateur » qui précède le verbe principal permet de rendre le sens de *déjà*. **Mës naa fa dem** : *J'y suis allé (au moins une fois)* ou : *J'y suis déjà allé*. **Mësuma fa dem** : *Je n'y suis jamais allé*.

6) **axakay** : *mais si !* réponse positive à une question négative.

7) **suma yoon wu jëkk-a-jëkk** : *la toute première fois* litt. : *ma fois qui est la première-première*. Rappel (cf. unité 1) **njàng mu jëkk** : *première leçon*. Contrairement aux autres ordinaux du wolof, *premier* s'exprime par un verbe (**jëkk** : *être le premier*), ici dans une construction relative, puisqu'il est épithète (cf. plus haut unité 7, note 5, p. 85, les constructions « adjectivales »). Noter le redoublement à valeur intensive, comme dans **baax-a-baax**, ligne 9.

8) **Amaat na mu bëgga ànd ak ñun** : *Il est possible qu'il veuille venir avec nous*. Noter l'emploi du verbe neutre dans la complétive.

EXERCICES

I. Emploi du -e « circonstanciel »

→ *Modèle*

Lan la ñaw ? *Qu'a-t-il cousu ?*	**Lan la ñawe ?** *Avec quoi a-t-il cousu ?*

Transformer selon le même modèle :

Lan la lekk ? *Qu'a-t-il mangé ?*	**Lan la lekke ?** *Avec quoi a-t-il mangé ?*
Ban nga dagg ? *Lequel as-tu coupé ?*	**Ban nga dagge ?** *Avec lequel as-tu coupé ?*
Lan lañuy bind ? *Qu'écrivons-nous ?*	**Lan lañuy binde ?** *Avec quoi écrivons-nous ?*
Yan ngeen nataal ? *Lesquels avez-vous dessiné ?*	**Yan ngeen nataale ?** *Avec lesquels avez-vous dessiné ?*
Ban laa naan ? *Lequel ai-je bu ?*	**Ban laa naane ?** *Avec lequel ai-je bu ?*
Yan ngeen napp ? *Lesquels avez-vous pêchés ?*	**Yan ngeen nappe ?** *Avec lesquels avez-vous pêché ?*
Lan lay fomp ? *Que nettoie-t-il ?*	**Lan lay fompe ?** *Avec quoi nettoie-t-il ?*
Ban lañu togg ? *Lequel ont-ils cuisiné ?*	**Ban lañu togge ?** *Avec lequel ont-ils cuisiné ?*
Yan ngeen ubbi ? *Lesquels avez-vous ouverts ?*	**Yan ngeen ubbee ?** *Avec lesquels avez-vous ouvert ?*
Lan la xotti ? *Qu'a-t-il déchiré ?*	**Lan la xottee ?** *Avec quoi a-t-il déchiré ?*

II. Subordonnée temporelle

→ Exercice 1 :
Emploi de **bu** + conjugaison neutre + **- ee**

→ *Modèle*

Dina ko def/dina ñów ëllëg. *Il le fera/il viendra demain.*	**Dina ko def bu ñówee ëllëg.** *Il le fera quand il viendra demain.*

Transformer selon le même modèle :

Dinaa la seetsi/dinaa fa ñów déwén. *Je viendrai te voir/ je viendrai là-bas l'an prochain.*	**Dinaa la seetsi bu ma fa ñówee déwén.** *Je viendrai te voir quand j'irai là-bas l'an prochain.*
Dinaa ko wax/dingeen dëglu. *Je le dirai/vous écouterez.*	**Dinaa ko wax bu ngeen dëgloo.** *Je le dirai quand vous écouterez.*
Dinañu jénd yoxos/dina am. *Nous achèterons des huîtres/il y en aura.*	**Dinañu jénd yoxos bu amee.** *Nous achèterons des huîtres quand il y en aura.*
Dingeen dem sinemaa/dinañu dellusi. *Vous irez au cinéma/nous reviendrons.*	**Dingeen dem sinemaa bu ñu dellusee.** *Vous irez au cinéma quand nous reviendrons.*
Ñoom Sófi dinañu jénd cuub/dinañu dem foor ba. *« Les Sophie » achèteront de l'indigo/ ils iront au fort.*	**Ñoom Sófi dinañu jénd cuub bu ñu demee foor ba.** *Sophie et les siens achèteront de l'indigo quand ils iront au fort.*
Dina nibbisi/6 h dina jot. *Il rentrera/il sera 6 h.*	**Dina nibbisi bu 6 h jotee.** *Il rentrera quand il sera 6 h.*

Dinga dégg wolof/dinga yàgg Senegaal. *Tu parleras wolof/tu resteras longtemps au Sénégal.*	**Dinga dégg wolof boo yàggee Senegaal.** *Tu parleras wolof si tu restes longtemps au Sénégal.*
Dinga kontaan/dinaa ñów. *Tu seras content/je viendrai.*	**Dinga kontaan bu ma ñówee.** *Tu seras content si je viens.*

→ Exercice 2

Emploi de **bi** + conjugaison neutre + **- ee.**

→ *Modèle*

Def na ko/mu (ñów). *Il l'a fait/il (venir).*	**Def na ko bi mu ñówee.** *Il l'a fait quand il est venu.*

Transformer selon le même modèle :

Seetsi naa la/ma (ñów). *Je suis venu te voir/je (arriver).*	**Seetsi naa la bi ma ñówee.** *Je suis venu te voir quand je suis arrivé.*
Wax na leen ko/dëglu ngeen. *Il vous l'a dit/ vous avez écouté.*	**Wax na leen ko bi ngeen dëgloo.** *Il vous l'a dit quand vous avez écouté.*
Jénd nañu yoxos/am na. *Nous avons acheté des huîtres/il y en a.*	**Jénd nañu yoxos bi mu amee.** *Nous avons acheté des huîtres quand il y en avait.*
Dem nañu sinemaa/dellusi nañu. *Nous sommes allés au cinéma/nous sommes revenus.*	**Dem nañu sinemaa bi ñu dellusee.** *Nous sommes allés au cinéma à notre retour.*
Ñoom Sófi jénd nañu cuub/ (ñu) dem foor ba. *« Les Sophie » ont acheté de l'indigo, (ils) aller au fort.*	**Ñoom Sófi jénd nañu cuub bi ñu demee foor ba.** *Sophie et les siens ont acheté de l'indigo quand ils sont allés au fort.*

Nibbisi na/6 h jot. *Il est rentré/être 6 h.*	**Nibbisi na bi 6 h jotee.** *Il est rentré à 6 h.*
Dégg na xibaar bi/(mu) dem kër Algoor. *Il a entendu la nouvelle/ (il) aller chez Algor.*	**Dégg na xibbar bi bi mu demee kër Algoor.** *Il a appris la nouvelle quand il est allé chez Algor.*

→ Exercice 3
Emploi de **ba** + conjugaison neutre.

→ *Modèle*

Damay xaar/Omar ñów. *J'attends/Omar vient.*	**Damay xaar ba Omar ñów.** *J'attends jusqu'à ce que Omar vienne.*

Transformer selon le même modèle :

Demal/Omar dina la woo. *Pars !/Omar t'appellera.*	**Demal ba Omar woo la !** *Va jusqu'à ce que Omar t'appelle !*
Xale bi dafa nelaw/ma wàcc. *L'enfant a dormi/je reviens (du travail).*	**Xale bi dafa nelaw ba ma wàcc.** *L'enfant a dormi jusqu'à mon retour du travail.*
Dafay dem « France »/ dinga ko soxla. *Il va en France/tu auras besoin de lui.*	**Dafay dem « France » ba nga soxla ko.** *Il va en France jusqu'à ce que tu aies besoin de lui.*
Fii laay toog/sa baay ñów. *Je reste ici/ton père vient.*	**Fii laay toog ba sa baay ñów.** *Je resterai ici jusqu'à l'arrivée de ton père.*
Xaaral/ndox mi bax. *Attends !/l'eau bout.*	**Xaaral ba ndox mi bax !** *Attends que l'eau bouille !*
Gunge na leen/àgg nañu. *Il les a accompagnés/ils sont arrivés.*	**Gunge na leen ba ñu àgg.** *Il les a accompagnés jusqu'à leur arrivée.*
Yóbbu naa la/gis nga pàkku Juuj. *Je t'ai emmené/tu as vu le parc du Djoudj.*	**Yóbbu naa la ba nga gis pàkku Juuj.** *Je t'ai emmené voir le parc du Djoudj.*

Dafa leen dóor/ñu daw.
Il les a battus/ils ont fui.

Dafa leen dóor ba ñu daw.
Il les a battus jusqu'à ce qu'ils s'enfuient.

Dafa wax/sonn naa.
Il a parlé/je suis fatigué.

Dafa wax ba ma sonn.
Il a parlé au point que je sois fatigué.

Leçon 10

Fukkeelu njàng

1 **Fukkeelu njàng.**
2 **Ndékki walla ñàkka[1] ndékki.**
3 **Kër Mëbokk Faal.**
4 **Pierre Dumas, Mëbokk Faal ak Sófi.**

5 **Bi Pierre Dumas demee seeti ndax[2] pàppaam yewwu na, dafa ko fekk muy nelaw[3].**
6 **Noonu mu dellusi[3] di wax ak Mëbokk.**

7 P. **Suma pàppa jógagul[4] de.**
8 M. **Yewwoogul[4] ?**
9 P. **Déedéet ! Mu ngiy nelaw ba leegi.**
10 M. **Kaay ndékkeendi[5] !**
11 P. **Ndékki naa laata nga jóg[6].**
12 M. **Kaay ñu ndékkiwaat[7] !**
13 P. **Waaw ! ma ñów[8] !**
14 M. **Sófee ngi sax ! Sófi, ndax ndékki nga ba noppi[9] ?**
15 P. **Déedéet !**
16 M. **Doo ñów[10] ndékkeek ñun ?**
17 S. **Faraluma di ndékki[11] ; dumay xiif[12] ci suba ; na ci jàmm bare !**
18 P. **Man de dama xiif tey.**
19 S. **Konboog lekkleen bu baax ! maa ngiy jàngandi[5] suma téere wolof.**
20 M. **Waaw góor ! yaa ngiy jéemantu wolof ?**
21 S. **Waawaaw !**

VOCABULAIRE

Verbes

ñàkk	manquer de/à, ne pas avoir, ne pas (+ verbe)
fekk	trouver
jóg	se lever
faral	faire souvent, avoir l'habitude de
jéemantu	s'exercer

Nom

téere (b)	livre, talisman

Autres

walla	ou
noonu	ainsi, alors, là-dessus
laata	avant que
waaw góor	bravo !

1 *Dixième leçon.*
2 *Prendre son petit déjeuner ou pas.*
3 *La maison de Mebok Fall.*
4 *Pierre Dumas, Mebok Fall et Sophie* (S.).

5 *Lorsque Pierre Dumas est allé voir si son père était réveillé, il l'a trouvé qui dormait encore.*
6 *Alors il est revenu parler avec Mebok.*

7 P. *Mon père n'est pas encore levé.*
8 M. *Il n'est pas encore réveillé ?*
9 P. *Non ! Il dort encore.*
10 M. *Viens prendre ton petit déjeuner en attendant !*
11 P. *J'ai déjeuné avant que tu te lèves.*
12 M. *Viens reprendre un petit déjeuner avec moi !*
13 P. *Oui ! J'arrive !*
14 M. *Voilà Sophie en personne ! Sophie, est-ce que tu as déjà déjeuné ?*
15 S. *Non !*
16 M. *Est-ce que tu ne déjeuneras pas avec nous ?*
17 S. *Je n'ai pas l'habitude de déjeuner ; je n'ai pas faim le matin ; bon appétit !*
18 P. *Moi, par contre, j'ai faim aujourd'hui.*
19 S. *Alors, mangez bien ! moi, je vais lire mon manuel de wolof en attendant.*
20 M. *Bravo ! tu t'exerces ?*
21 S. *Oui !*

Mots supplémentaires

jóge venir de, provenir de
tëdd être couché, se coucher
tëddi, tëri aller se coucher
jéem s'efforcer, essayer
am ou
bala avant que

COMMENTAIRE GRAMMATICAL

1) **Ñàkk** est un verbe opérateur qui a le sens de *manquer à, ne pas (faire)*, d'où son emploi ici comme négation de l'infinitif **ndékki**. Il fonctionne aussi comme verbe plein avec le sens de *manquer de, ne pas avoir*. **Dama ñàkk xaalis** : *(C'est que) je n'ai pas d'argent*.

2) **Ndax** introduit ici une interrogation indirecte et correspond donc à *si*. **Mbaa** et **xanaa** sont impossibles dans cet emploi.

3) Notez l'emploi des formes de la conjugaison neutre : lignes 5-6 : **mu dellusi**. Dans une suite de propositions, on peut passer à la forme neutre en restant dans le même cadre temporel et aspectuel. Ici, le point de repère temporel est fourni par la subordonnée : **bi Pierre Dumas demee seeti**...

4) Ligne 7 : **jógagul** et ligne 8 : **yewwoogul**. **- ag** combiné avec les formes de conjugaison négative accomplie donne le sens de *pas encore*.

5) Ligne 10 : **ndékkeendi** ; ligne 19 : **jàngandi**. Le suffixe **- andi**, ajouté à un verbe d'action quelconque, donne le sens de *pendant ce temps* ou *en attendant*.

6) Ligne 11 : **laata nga jóg**. Subordonnée temporelle, donc emploi de la forme neutre. **Laata** : *avant que*.

7) Ligne 12 : **Kaay ñu ndékkiwaat**. On trouve cette même forme dans les subordonnées consécutives ou finales. Ainsi : **Kaay ñu dem !** *Viens que nous partions !* i.e. *allons-y !* Le suffixe **- aat** veut dire : *encore une fois*.

8) Ligne 13 : **ma ñów**. Encore une forme neutre. La forme **maa ngiy ñów** insisterait trop sur la durée de l'action ; **ma ñów** est plus ponctuel. On peut le considérer comme la complétive d'un verbe sous-entendu : **Xaaral ma ñów !** *Attends que j'arrive !*

9) Ligne 14 : **ba noppi**. Litt. : *jusqu'à avoir fini*. Permet d'exprimer l'idée de « déjà » au sens de *avoir fini de, ne plus avoir à faire*. A distinguer de l'emploi de l'opérateur **mas** : *avoir fait au moins une fois, avoir déjà fait*.

Comparer par exemple :

Añ naa ba noppi. *J'ai déjà déjeuné* ou *J'ai fini de déjeuner* (donc, *Je n'ai plus faim*).
Mas naa lekk laax. *J'ai déjà mangé de la bouillie de mil mélangée à du lait caillé.*

10) Ligne 16 : **Doo ñów ?** La forme interro-négative est employée pour rendre les questions ou les ordres moins brutaux ; c'est la forme de politesse correspondant au français « *s'il vous plaît* ».

11) **Faral** est un verbe opérateur qui a le sens de *faire souvent*. Il est ici à la forme négative de l'accompli. C'est un verbe d'état.
di porte sur **ndékki**, le verbe régi par **faral**.

12) **Dumay xiif ci suba**. L'inaccompli **duma** a la valeur d'habituel que nous connaissons (cf. leçon 7 note 2 p. 84). C'est le **ci**, de **ci suba** *le matin*, qui permet de filtrer cette valeur plutôt que celle de futur, également possible : **duma xiif suba** : *Je n'aurai pas faim demain*. En outre, la forme surcomposée **dumay** lève l'ambiguïté. **Dumay xiif suba** : *Je n'ai pas faim le matin*.

N.B. : Analyse des formes contractées.

Ligne 8	: **yewwoogul**	< **yewwu + ag + ul.**
Ligne 10	: **ndékkeendi**	< **ndékki + andi.**
Ligne 14	: **Sófee ngi**	< **Sófi a ngi.**
Ligne 16	: **ndékkeek**	< **ndékki + ak.**

Vous remarquerez dans cette leçon l'usage intensif que fait le wolof des suffixes verbaux.

Morpho-phonologie

Adjonction de suffixes au verbe.

- aat	*encore une fois*
- andi	*en attendant*
- ag + négation	*pas encore*
- aale	*en même temps*
- al	*au bénéfice de, pour, (idée de faire qqch. à la place de qqn.)*
-andoo	*simultanéité*

La langue wolof use abondamment de la possibilité de modifier le sens des verbes en y adjoignant des suffixes.

Deux cas principaux se présentent :

a) le verbe se termine par une consonne. On lui adjoint directement le suffixe.

Jàng : *apprendre*

Jàng + **- andi** > **jàngandi :** *apprendre en attendant.*

b) Le verbe se termine par une voyelle.

— Dans certains cas (voir tableau ci-dessous), on intercale la consonne de liaison **-w-** entre le verbe et le suffixe.

ji : *semer*

ji + **-w-** + **aat** > **jiwaat** : *semer à nouveau.*

— Dans les autres cas, la voyelle finale du verbe et la première voyelle du suffixe s'amalgament.

Ndékki : *prendre le petit déjeuner.*

Ndékki + **andi** > **ndékkeendi** : *prendre le petit déjeuner en attendant.*

		Suffixes					
		- aat	**- andi**	**- ag**	**- aale**	**- al**	**- ando**
Voyelle finale	**exemple**						
i	**ndékki**	**- w -**	**- ee -**	**- ee -**	**- w -**	**ø**	**- ee -** **- i -**
u	**nuyu**	**- w -**	**- oo -**	**- oo -**	**- w -**	**ø**	**- oo -**
e	**wàcce**	**- w -**	**- ee -**	**- ee -**	**- w -**	**ø**	**- ee -**
oo	**diisoo**	**- w -**	**- oo -**	**- oo -**	**- w -**	**ø**	**- oo -**
o	**fo**	**- w -**	**- w -**	**- w -**	**- w -**	**- w -**	**- w -**
a	**saaga**	**- w -**	**- aa -**	**- aa -**	**- w -**	**- aa -**	**ø**
ee	**wéccee**	**- w -**	**- ee -**	**- ee -**	**- w -**	**- ee -**	**- ee -**

EXERCICES

I. Action achevée/Action inachevée

→ *Modèle*

Ndékki naa ba noppi. *J'ai fini de déjeuner. (litt. : j'ai déjeuné jusqu'à finir.)*	**Maa ngiy ndékki ba leegi.** *Je déjeune encore. (litt. : je déjeune jusqu'à maintenant.)*
Xale bi nelaw na ba noppi. *L'enfant a fini de dormir.*	**Xale baa ngiy nelaw ba leegi.** *L'enfant dort encore.*
Jàng naa wolof ba noppi. *J'ai fini d'apprendre le wolof.*	**Maa ngiy jàng wolof ba leegi.** *J'apprends toujours le wolof.*
Omar liggéey na ba noppi. *Omar a fini de travailler.*	**Omar a ngiy liggéey ba leegi.** *Omar travaille encore.*
Omar ak Aliw waxtaan nañu ba noppi. *O. et A. ont fini de causer.*	**O. ak A. ñu ngiy waxtaan ba leegi.** *O. et A. causent encore.*
Suma pàppa sangu na ba noppi. *Mon père a fini de se baigner.*	**Suma pàppa a ngiy sangu ba leegi.** *Mon père se baigne encore.*
Faju nga ba noppi. *Tu as fini de te soigner.*	**Yaa ngiy faju ba leegi.** *Tu te soignes encore.*
Omar bind na ba noppi. *Omar a fini d'écrire.*	**Omar a ngiy bind ba leegi.** *Omar écrit encore.*
Pierre dëglu na xibaar yi ba noppi. *Pierre a fini d'écouter les nouvelles.*	**Pierre a ngiy dëglu xibaar yi ba leegi.** *Pierre écoute encore les nouvelles.*
Ami fóot na ba noppi. *Ami a fini de laver (le linge).*	**Amee ngiy fóot ba leegi.** *Ami lave encore.*
Taw na ba noppi. *Il a fini de pleuvoir.*	**Mu ngiy taw ba leegi.** *Il pleut encore.*

II. Concordance des « temps » dans les temporelles avec **laata** : *avant que.*

→ *Modèle*

Ndékki naa laata nga jóg.	**Dinaa ndékki laata ngay jóg.**
J'ai déjeuné avant que tu te lèves.	*Je déjeunerai avant que tu te lèves.*

Transformer selon le même modèle :

Sangu naa laata ma añ. *Je me suis baigné avant de déjeuner.*	**Dinaa sangu laata may añ.** *Je me baignerai avant de déjeuner.*
Solu naa laata nga agsi. *Je me suis habillé avant que tu arrives.*	**Dinaa solu laata ngay agsi.** *Je m'habillerai avant que tu arrives.*
Telefone nañu laata ñu dem. *Nous avons téléphoné avant de partir.*	**Dinañu telefone laata ñuy dem.** *Nous téléphonerons avant de partir.*
Tàggu nga sa pàppa laata nga génn. *Tu as prévenu ton père avant de sortir.*	**Dinga tàggu sa pàppa laata ngay génn.** *Tu préviendras ton père avant de sortir.*
Jénd ngeen biye laata ngeen dem. *Vous avez acheté un billet avant de partir.*	**Dingeen jénd biye laata ngeen di dem.** *Vous achèterez un billet avant de partir.*
Wax na ak man laata ma dem. *Il a parlé avec moi avant que je parte.*	**Dina wax ak man laata may dem.** *Il parlera avec moi avant que je parte.*
Téj naa palanteer bi laata ma tëri. *J'ai fermé la fenêtre avant de me coucher.*	**Dinaa téj palanteer bi laata may tëri.** *Je fermerai la fenêtre avant de me coucher.*
Raxasu na laata mu lekk. *Il s'est lavé avant de manger.*	**Dina raxasu laata muy lekk.** *Il se lavera avant de manger.*

Fey nga lamp bi laata nga nelaw. *Tu as éteint la lampe avant de dormir.*	**Dinga fey lamp bi laata ngay nelaw.** *Tu éteindras la lampe avant de dormir.*
Ñakku nañu laata ñu tukki. *Nous nous sommes fait vacciner avant de voyager.*	**Dinañu ñakku laata ñuy tukki.** *Nous nous ferons vacciner avant de voyager.*

III. Négation : *pas encore*.

→ Exercice : Répondre négativement (attention aux contractions !)

→ *Modèle*

Xale bi yewwu na ? *L'enfant est-il réveillé ?*	**Déedéet ! xale bi yewwoogul.** *Non ! l'enfant n'est pas encore réveillé.*
Mën nga wolof bu baax ? *Parles-tu bien wolof ?*	**Déedéet ! mënaguma wolof bu baax.** *Non ! je ne parle pas encore bien wolof.*

Transformer selon le même modèle :

Ndékki nga ? *As-tu pris ton petit déjeuner ?*	**Ndékkeeguma.** *Je n'ai pas encore pris mon petit déjeuner.*
Ndongo yi noppi nañu jàng ? *Les élèves ont fini d'étudier ?*	**Ndongo yi noppeeguñu jàng.** *Les élèves n'ont pas encore fini d'étudier.*
Nawet bi agsi na ? *L'hivernage est-il arrivé ?*	**Nawet bi agseegul.** *L'hivernage n'est pas encore arrivé.*
Omar ak Astu waxtaan nañu ? *Omar et Astou ont-ils causé ?*	**Omar ak Astu waxtaanaguñu.** *Omar et Astou n'ont pas encore causé.*

Sa pàppa pare na sangu ?
Ton père a-t-il fini de se baigner ?
Suma pàppa pareegul sangu.
Mon père n'a pas encore fini de se baigner.
Faju nga ?
Tu t'es soigné ?
Fajooguma.
Je ne me suis pas encore soigné.

Omar bind na ?
Omar a écrit ?
Omar bindagul.
Omar n'a pas encore écrit.
Pierre dégg na xibaar bi ?
Pierre a-t-il entendu la nouvelle ?
Pierre déggagul xibaar bi.
Pierre n'a pas encore entendu la nouvelle.
Am nga biye ?
As-tu un billet ?
Amaguma biye.
Je n'ai pas encore de billet.

Ami pare na fóot ?
Ami a-t-elle fini de laver (le linge) ?
Ami pareegul fóot.
Ami n'a pas encore fini de laver.

IV. Informez-vous

1 Pierre est avec quelqu'un ; demandez-lui qui c'est.
2 Vous voyez Pierre avec un paquet ; demandez-lui ce que c'est.
3 Vous voyez deux personnes entrer ; demandez à Pierre qui ils sont.
4 Demandez à Pierre quand vous irez à Gorée.
5 Demandez à Pierre comment on dit merci.
6 Demandez à Pierre où est allé Omar.

V. Comment ajouter l'idée de : *en attendant*

→ Exercice 1 :

Proposez à Pierre
— d'écouter la radio en attendant......................
— de s'habiller en attendant..........................
— de lire en attendant................................
— de manger la mangue en attendant...................

→ Exercice 2 :

Que proposez-vous à Pierre de faire pour s'occuper en attendant le retour d'Omar ? (Environ quatre propositions).

Leçon 11

Fukkeelu njàng ak benn

1 **Fukkeelu njàng ak benn.**
2 **Duggi marse.**
3 **Marse Kermel.**
4 **Pierre Dumas ak benn jaaykat.**

5 **Ñoom Pierre Dumas dellusi nañu Ndakaaru.**
6 **Ñu ngi ci ja ju[1] ñu naan[2] marse Kermel.**
7 **Pierre Dumas a ngiy wax ak Lamin (L.), benn jaaykat bu[1] mu fa xaritool.**

8 L. **Moo ! kii du Pierre ?**
9 P. **Suma waay na nga def ?**
10 L. **Me foo nekkoon[3] ? géj naa la gis[4].**
11 P. **Dama woniwoon[3] suma gan yi kow gi.**
12 L. **Nammoon[3] naa la lool !**
13 P. **Maa la raw[5] !**
14 L. **Li ma la xalaat[6] !**
15 P. **Man nak !**
16 L. **Danga ma indil gan yi walla dangeen di duggsi ?**
17 P. **Dañu la nuyusi, di wutaale sippax ak yoxos.**
18 L. **Yoxos de dafa jafe jamano yii.**
19 P. **Sippax nak ?**
20 L. **Sippax a tane[7] ; ñetti téeméer lañuy jaaye[2] kilo bi fi ñu tollu[8].**
21 P. **Ñetti téeméer kay yomb na ; seerul.**
22 L. **Yoxos, moom, duusen téeméer lañuy wax[2] wante boo waxaalee ñu wàññi ko[2].**

Attention : les prix sont calculés en base 5 : l'unité de base, le **dërëm,** vaut 5 francs C.F.A. Il faut donc multiplier par 5 les prix donnés en wolof pour obtenir l'équivalence en francs C.F.A. 100 **dërëm** = 500 francs C.F.A. En sens inverse, il faut diviser par 5 le prix exprimé en français, pour obtenir son équivalent en **dërëm**.

1 *Onzième leçon.*
2 *Faire le marché.*
3 *Le marché Kermel.*
4 *Pierre Dumas et un marchand.*

5 *Pierre Dumas et les siens sont rentrés à Dakar.*
6 *Ils sont dans un marché qui s'appelle le marché Kermel.*
7 *Pierre Dumas bavarde avec Lamine (L.), un marchand avec qui il s'est lié d'amitié.*

8 L. *Par exemple ! mais c'est Pierre ?*
9 P. *Comment ça va mon vieux ?*
10 L. *Mais où étais-tu ? Ça fait longtemps que je ne t'ai pas vu.*
11 P. *J'étais allé montrer la brousse à mes invités.*
12 L. *Tu m'as beaucoup manqué !*
13 P. *Et toi encore plus !*
14 L. *J'ai bien pensé à toi !*
15 P. *Moi aussi !*
16 L. *Tu m'amènes tes invités ou bien vous venez faire le marché ?*
17 P. *Nous venons te saluer et chercher des crevettes et des huîtres par la même occasion.*
18 L. *Les huîtres, c'est cher par les temps qui courent.*
19 P. *Et les crevettes ?*
20 L. *Les crevettes, ça va. On les vend 1 500 F à l'heure qu'il est.*
21 P. *1 500 F, c'est bon marché, c'est pas cher.*
22 L. *Les huîtres, par contre, on en demande 500 F la douzaine ; mais, si tu marchandes, le prix baisse.*

VOCABULAIRE

Verbes

dugg entrer, faire le marché
duggi aller faire le marché
xaritoo se lier d'amitié avec
géj ne pas avoir (+ verbe) depuis longtemps
won montrer
woni aller montrer
namm avoir la nostalgie, regretter
raw surpasser
jafe être cher, être difficile
tane aller mieux
tollu arriver (jusqu'à un endroit), atteindre
yomb être bon marché, être facile
seer être cher
wàññi diminuer, baisser

Noms		*Autres*	
jaaykat (b)	marchand	**moo**	ça alors ! ça par exemple !
ja (j)	marché	**me !**	mais (emprunté au français) employé comme interjection
marse (b)	marché		
kow (g)	brousse		
sippax (s)	crevette		
yoxos (j)	huître		
jamano (j)	*sg.* la vie actuelle ; *pl.* l'époque, les temps actuels.		
duusen (b)	douzaine		

COMMENTAIRE GRAMMATICAL

1) Lignes 6 et 7 : relatives déterminatives.

Ñu ngi ci ja ju ñu naan marse Kermel : *Ils sont dans un marché qu'on appelle marché Kermel.*

Jaaykat bu mu fa xaritool : *un marchand avec qui il s'est lié d'amitié.*

Ja ju : j- (indice de classe) + **u** qui transforme le déterminant en relatif ; même chose pour **bu** (indice **b -** + **u**). Cette construction relative est dite déterminative, car elle qualifie son antécédent ; c'est pourquoi, d'ailleurs, cette même construction joue le rôle de l'adjectif qualificatif français ; exemple : *un bel enfant* **xale bu rafet** (litt. : *un enfant qui est beau.* **rafet :** *être beau*).

2) Ligne 6 : **ñu naan :** *ils nomment* ou *on nomme*. En wolof, le sujet indéterminé correspondant au français « on » est rendu par la 3e personne du pluriel. Voir également ligne 20 **lañuy jaaye :** *on vend* et ligne 22 **lañuy wax :** *on dit* **ñu wàññi ko :** *on baisse (le prix).*

3) Lignes 10, 11, 12.

Le suffixe **- oon** attaché au verbe situe l'action dans le passé. Ici, nous avons des formes de l'accompli ; dans le cas d'un verbe d'état comme **nekk** *se trouver,* cette forme correspond à un imparfait, dans le cas d'un verbe d'action comme **woni** *montrer*, il faut traduire par un plus-que-parfait.

Foo nekkoon ? : *Où étais-tu ? (foo + fu + nga)*

Dama woniwoon ? : *J'étais allé montrer...*

4) Ligne 10 : **Géj naa la gis :** *Il y a longtemps que je ne t'ai pas vu.* **Géj** est un verbe opérateur qui donne le sens de *il y a longtemps que... ne... pas* (voir note sur le système verbal du wolof, III).

5) Ligne 13 : **Maa la raw :** *moi encore plus,* litt. *c'est moi qui te surpasse.* **Raw** est un verbe de comparaison ; le wolof possède plusieurs verbes signifiant *surpasser.*

6) Ligne 14 : noter l'emploi de la forme neutre dans les phrases exclamatives.

7) Ligne 20 : la forme **moo** (insistance sur le sujet) que nous connaissons est une contraction de **mu** + **a**. Lorsque le sujet n'est pas un pronom, il est simplement suivi de **a.**

Moo ko def.	C'est lui qui l'a fait.
Omar a ko def.	C'est Omar qui l'a fait.

8) Ligne 21 : **fi ñu tollu :** *là où nous sommes arrivés,* c'est-à-dire ici : *à l'heure qu'il est.*

Le verbe **tollu :** *atteindre, équivaloir,* s'emploie aussi bien pour mesurer les distances que le temps, ou encore pour donner des ordres de grandeur.

EXERCICES

I. Traduction de phrases impliquant un déplacement

Les suffixes - si/- i dénotent respectivement un déplacement conduisant au lieu du locuteur et un déplacement éloignant du lieu du locuteur.
Attention ! Après un verbe se terminant par une voyelle, insérer **- j -** devant **- i** (quelquefois on insère **- w -** ou **- y -**).

Je viendrai dîner.	**Dinaa reersi.**
Je m'en vais déjeuner.	**Maa ngiy añi.**
Elle est venue nous rendre visite.	**Dafa ñu ganesi.**
Je viendrai te voir.	**Dinaa la seetsi.**
Ils sont allés étudier.	**Dañu jàngi.**
Je viens prendre le petit déjeuner.	**Damay ndékkisi.**

Vous partez acheter du pain.	**Dangeen di jéndi mburu.**
Nous irons saluer Omar.	**Dinañu nuyuji Omar.**
Elle est allée se faire tresser (les cheveux).	**Dafa léttuji.**
Je viens passer la journée avec toi.	**Dama yendusi ak yow.**
Ils sont allés visiter Gorée.	**Dañu wëri Gore.**
Vous irez vous baigner demain.	**Dingeen sanguji suba.**
Je m'en vais jouer.	**Damay fowi / foyi.**
Omar est venu jouer avec toi.	**Omar dafa foseek yow.**
Je vais répondre à Pierre.	**Damay wuyuji Pierre.**
Es-tu allé faire le marché aujourd'hui ?	**Duggi nga marse tey ?**
Ton père est-il rentré ?	**Sa baay ñibbisi na ?**
Va appeler un taxi !	**Demal wooyi taksi !**
Les enfants sont allés se promener.	**Xale yi doxantuji nañu.**
Je m'en vais bavarder avec P.	**Maa ngiy waxtaani ak P.**

II. La phrase exclamative

→ Exercice : transformer en phrases exclamatives.
→ *Modèle*

Xalaat naa la lool.	**Li ma la xalaat !**
J'ai beaucoup pensé à toi.	*Comme j'ai pensé à toi !*
Liggéey naa lool.	**Li ma liggéey !**
J'ai beaucoup travaillé.	*Comme j'ai travaillé !*

Transformer selon le même modèle :

Jàmbat nañu la lool.	**Li ñu la jàmbat !**
Ils ont beaucoup demandé après toi.	*Comme ils t'ont réclamé !*
Laajte na la lu bare.	**Li mu la laajte !**
Il t'a beaucoup demandé.	*Comme il t'a réclamé.*
Xaar naa la lu yàgg.	**Li ma la xaar !**
Je t'ai attendu longtemps.	*Comme je t'ai attendu !*

Tudd nga ko lu bare.
Tu l'as beaucoup nommé.

Li nga ko tudd !
Comme tu l'as nommé !

Séenu ngeen ko lu yàgg.
Vous l'avez attendu longtemps.

Li ngeen ko séenu !
Comme vous l'avez attendu !

Nax nga ma lu bare.
Tu m'as beaucoup trompé.

Li nga ma nax !
Comme tu m'as trompé !

Wut nañu leen ba sonn.
Nous avons été fatigués de vous chercher.

Li ñu leen wut !
Comme nous vous avons cherchés !

Ñaanal naa ko lu bare.
J'ai beaucoup prié pour lui.

Li ma ko ñaanal !
Comme j'ai prié pour lui !

Sonal nga ma lool.
Tu m'as beaucoup fatigué.

Li nga ma sonal !
Comme tu m'as fatigué !

III. Construction de phrases complexes avec relative à partir de deux propositions indépendantes

→ Exercice 1 : relatives à antécédent indéfini.
→ *Modèle*

Marsee ngi / Kermel la tudd.
Voici un marché / il s'appelle Kermel.

Marse bu tudd Kermel a ngi.
Voici un marché qui s'appelle Kermel.

Téeree ngi / maa ko bind.
Voici un livre / c'est moi qui l'ai écrit.

Téere bu ma bind a ngi.
Voici un livre que j'ai écrit.

Transformer selon le même modèle :

Xalee ngi / faj nga ko.
Voici un enfant / tu l'as soigné.

Xale boo faj a ngi.
Voici un enfant que tu as soigné.

Bërëb a ngi / xamuma ko.
Voici un endroit / je ne le connais pas.

Bërëb bu ma xamul a ngi.
Voici un endroit que je ne connais pas.

Góor a ngi / dafa sol xaftaan. *Voici un homme / il porte un caftan.*	**Góor gu sol xaftaan a ngi.** *Voici un homme qui porte un caftan.*
Kër a ngi / Omar a ko jénd. *Voici une maison / c'est Omar qui l'a achetée.*	**Kër gu Omar jénd a ngi.** *Voici une maison qu'Omar a achetée.*
Xalee ngi / dafa muus. *Voici un enfant / il est intelligent.*	**Xale bu muus a ngi.** *Voici un enfant intelligent.*
Wotoo ngi / dafa rafet. *Voici une auto / elle est belle*	**Woto bu rafet a ngi.** *Voici une belle auto.*
Xaj a ngi / dafa soxor. *Voici un chien / il est méchant.*	**Xaj bu soxor a ngi.** *Voici un chien méchant.*
Dëkk a ngi / dafa set. *Voici une ville / elle est propre.*	**Dëkk bu set a ngi.** *Voici une ville propre.*
Tefes a ngi / géj naa fee ñów. *Voici une plage / il y a longtemps que je n'y suis pas venu.*	**Tefes bu ma géjà ñów a ngi.** *Voici une plage où je ne suis pas venu depuis longtemps.*
Néeg a ngi / dafa yaa. *Voici une chambre / elle est grande.*	**Néeg bu yaa a ngi.** *Voici une grande chambre.*

→ Exercice 2 : relatives à antécédent défini.
→ *Modèle*

Jénd naa téere bi / bëgg na ko. *J'ai acheté le livre / il le veut.*	**Jénd naa téere bi mu bëgg.** *J'ai acheté le livre qu'il veut.*
Dem nañu ci bërëb bi / xamuñu fa woon. *Nous avons été à l'endroit / nous ne le connaissons pas.*	**Dem nañu ci bërëb bi ñu xamuloon.** *Nous avons été à l'endroit que nous ne connaissions pas.*

Transformer selon le même modèle :

Jénd naa téere bi / danga ko soxla.	**Jénd naa téere bi nga soxla.**
J'ai acheté le livre / tu en as besoin.	*J'ai acheté le livre dont tu as besoin.*
Réeral nga kayit gi / dama ko tegoon fii.	**Réeral nga kayit gi ma tegoon fii.**
Tu as égaré le papier / je l'avais posé ici.	*Tu as égaré le papier que j'avais posé ici.*
Mu ngiy jénd téere bi / Omar moo koy jaay.	**Mu ngiy jénd téere bi Omar di jaay.**
Il achète le livre / c'est Omar qui le vend.	*Il achète le livre que vend O.*
Nañu dem ci dëkk bi/ xam nga fa.	**Nañu dem ci dëkk bi nga xam.**
Allons dans la ville / tu la connais.	*Allons dans la ville que tu connais.*
Gis na nit ki / dama ko jaay xar.	**Gis na nit ki ma jaay xar.**
Il a vu l'homme / je lui ai vendu un mouton.	*Il a vu l'homme à qui j'ai vendu un mouton.*
Xam naa jigéen ji / dafa ko may kër.	**Xam naa jigéen ji mu may kër.**
Je connais la femme / il lui a donné une maison.	*Je connais la femme à qui il a donné une maison.*
Dem nañu ci tefes bi / géj nañu fa dem.	**Dem nañu ci tefes bi ñu géja dem.**
Nous avons été à la plage / il y a longtemps que nous n'y avons pas été.	*Nous avons été à la plage où nous n'avions pas été depuis longtemps.*
Gis nañu sofoor bi / alkaati bi dafa ko jàppoon.	**Gis nañu sofoor bi alkaati bi jàppoon.**
On a vu le chauffeur / le policier l'avait arrêté.	*On a vu le chauffeur que le policier avait arrêté.*

Leçon 12

Fukkeelu njàng ak ñaar

1 **Fukkeelu njàng ak ñaar.**
2 **Omar dafa feebar.**
3 **Mbedd mi.**
4 **Omar, Pierre ak benn borom taabal** (B.).

5 **Omar, xaritu Pierre Dumas, dafa xawa**[1] **feebar. Pierre di ko yóbbu ci wotoom, seeti doktoor bi** « hôpital principal ». **Mu ngiy laaj yoon wi benn borom taabal.**

6 P. **Borom taabal, jàmm nga am ?**
7 B. **Jàmm rekk !**
8 P. **Fan la opitaal bi tollu fii**[2] **?**
9 B. **Demal ba ci**[3] **ñetteelu mbedd male ; boo jàddee ci**[3] **sa càmmon dinga janook opitaal.**
10 P. **Jërëjëf !**
11 B. **Mbaa du góor gi dafa tawat ?**
12 P. **Waaw ! dafa sibiru, boole ci**[4] **di sëqët, wante amul solo.**
13 B. **Girib bi de dafa bare leegi, ngelawu suuf li, moo tax**[5]**.**
14 P. **Ren kay moom, ngelawu suuf li bare na.**
15 B. **Dafa yàgg lool sax ren ; xanaa li mu tawul lu bare**[6]**, moo tax.**
16 P. **Ci**[3] **la jàngoro yépp di jóge.**
17 B. **Yàlla nañu ci**[3] **Yàlla musal !**

VOCABULAIRE

Verbes

xaw	être un peu, être presque, faillir
janoo	se trouver face à
tawat	être malade, se plaindre
sibiru	avoir la fièvre
boole	mettre ensemble
sëqët	tousser
tax	causer
bare	être abondant, être nombreux
musal	protéger, préserver du malheur

Autres

ren	cette année
kay	(particule intensive) vraiment
lu bare	beaucoup
boole ci	en outre

1 *Douzième leçon*
2 *Omar est malade.*
3 *La rue.*
4 *Omar, Pierre et un vendeur sur table* (V.).

5 *Omar, l'ami de Pierre Dumas, est un peu malade. Pierre l'emmène dans sa voiture voir le médecin à l'hôpital principal. Il demande son chemin à un vendeur sur table.*

6 P. *Vendeur sur table, ça va ?*
7 V. *Oui ! ça va !*
8 P. *A quelle distance se trouve l'hôpital ?*
9 V. *Allez jusqu'à la troisième rue là-bas ; vous tournez à gauche et vous tombez sur l'hôpital.*
10 P. *Merci !*
11 V. *Serait-ce que ce monsieur ne va pas bien ?*
12 P. *Oui ! il a la fièvre, et en plus il tousse, mais ce n'est pas grave.*
13 V. *Il y a beaucoup de grippe en ce moment, c'est à cause du vent de sable.*
14 P. *Cette année vraiment, il y a beaucoup de vent de sable.*
15 V. *C'est vrai qu'il dure cette année ; je me demande si ce n'est pas parce qu'il n'a pas beaucoup plu.*
16 P. *C'est de ça que viennent toutes les maladies.*
17 V. *Que Dieu nous en protège !*

Noms

mbedd (m)	rue
doktoor (b)	docteur
borom taabal (b)	vendeur sur table
opitaal (b)	hôpital
solo (s)	importance
girib (b)	grippe
ngelaw (l)	vent
suuf (s)	sol, sable
ngelawu suuf (l)	vent de sable
jàngaro (j)	maladie

Mots supplémentaires

faj	soigner	**koñ (g)**	croisement de rues, coin
wér	être bien portant	**déwén**	l'an prochain
safara (s)	feu, enfer		
fajkat (b)	médecin, guérisseur		
wér gi yaram (w)	santé		

COMMENTAIRE GRAMMATICAL

1) Ligne 5 : **xaw** est un verbe opérateur qui modifie le verbe principal. (Voir note sur le système verbal du wolof, III.) Avec un verbe d'état, comme ici **feebar** : *être malade*, **xaw** prend le sens de *un peu* ou *presque*. Avec un verbe d'action il signifie *faillir*. **Xaw naa dee** : *J'ai failli mourir*.

Rappelons qu'un **- a** connecteur se place entre tout verbe opérateur ou modal et le verbe principal.

2) Ligne 8 : **tollu** atteindre, que nous avons vu dans la leçon 11, permet de situer un terme pour une distance (comme ici : **Fan la opitaal bi tollu fii ?** : *A quelle distance se trouve l'hôpital ?*) ou une durée (cf. leçon 11, ligne 20, note 8).

3) La préposition **ci** est la seule préposition relationnelle du wolof. Elle est difficile à manier pour des francophones, car elle traduit à la fois : *dans, sur, vers, de, pour, à*. Elle sert aussi à former des prépositions composées locatives : **ci biir** *à l'intérieur* (litt. : *dans le ventre de*), **ci càmmoñ** : *à gauche* ; etc. (Voir plus haut vocabulaire leçon 5).

4) Ligne 12 : **boole** est un verbe signifiant *mettre ensemble*. D'où **boole ci** : *de surplus*.

5) Ligne 13 : **Moo tax** ou **a tax**, 3e personne de la conjugaison subjective : *voilà la cause de, c'est à cause de...* (**tax** : *causer, être la cause de*).

6) Ligne 15 : **Li mu tawul lu bare** : *le fait qu'il n'a pas assez plu* est une relative définie, sujet de **moo tax**.

N.B. : Attention aux contractions :

Ligne 5 : **wotoom** < **woto** + **am**
Ligne 9 : **janook** < **janoo** + **ak**

EXERCICES

I. Formation des propositions relatives constituant le sujet d'une phrase complexe.

Attention ! Dans la transformation relative, on trouve toujours la conjugaison neutre, quelle que soit la conjugaison employée dans la phrase de départ. C'est cette même conjugaison qui apparaît après **moo tax** (subordonnée de conséquence).

→ Exercice 1 :
→ *Modèle*

Liggéey naa lu bare / am naa xaalis. *J'ai beaucoup travaillé / j'ai de l'argent.*	**Li ma liggéey lu bare moo tax ma am xaalis.** *C'est parce que j'ai beaucoup travaillé que j'ai de l'argent (litt. : le fait que j'ai beaucoup travaillé est cause que j'ai de l'argent).*
Dañu ñów Ndar / gis nañu la. *Nous sommes venus à St-Louis / nous t'avons vu.*	**Li ñu ñów Ndar moo tax ñu gis la.** *C'est parce que nous sommes venus à St-Louis que nous t'avons vu.*

Transformer selon le modèle :

Dama am jot / ñów naa. *J'ai du temps / je suis venu.*	**Li ma am jot moo tax ma ñów.** *C'est parce que j'ai du temps que je suis venu.*
Dangay liggéey lu bare / danga sonn. *Tu travailles beaucoup / tu es fatigué.*	**Li ngay liggéey lu bare moo tax nga sonn.** *C'est parce que tu travailles beaucoup que tu es fatigué.*
Dimmali nañu ko / mu ngi ñuy sant. *Nous l'avons aidé / il nous en remercie.*	**Li ñu ko dimmali moo tax mu ñuy sant.** *C'est parce que nous l'avons aidé qu'il nous remercie.*

Wiski nga naan / danga gëmmantu.
C'est du whisky que tu as bu / tu as sommeil.

Li nga naan wiski moo tax nga gëmmantu.
C'est parce que c'est du whisky que tu as bu que tu as sommeil.

Góor nga / antan nga ko.
Tu es un homme / tu peux le porter.

Li ngay góor moo tax nga antan ko.
C'est parce que tu es un homme que tu peux le porter.

Muus mi dem na / jinax yaa ngiy fo.
Le chat est parti / les souris s'amusent.

Li muus mi dem moo tax jinax yaa ngiy fo.
C'est parce que le chat est parti que les souris s'amusent.

Dafa sonn / nelaw na.
Il est fatigué / il a dormi.

Li mu sonn moo tax mu nelaw.
C'est parce qu'il est fatigué qu'il a dormi.

Dafa sedd / dangeen sàngu.
Il fait froid / vous vous êtes couverts.

Li mu sedd moo tax ngeen sàngu.
C'est parce qu'il fait froid que vous vous êtes couverts.

→ Exercice 2 :
→ *Modèle*

Liggéeyuma lu bare / amuma xaalis.
Je n'ai pas beaucoup travaillé / je n'ai pas d'argent.

Li ma liggéeyul lu bare moo tax amuma xaalis.
C'est parce que je n'ai pas beaucoup travaillé que je n'ai pas d'argent.

Ñówunu Ndar / gisuñu la.
Nous ne sommes pas venus à St-Louis / nous ne t'avons pas vu.

Li ñu ñówul Ndar moo tax gisuñu la.
C'est parce que nous ne sommes pas venus à St-Louis que nous ne t'avons pas vu.

Transformer selon le même modèle :

Dama amul jot / ñówuma. *Je n'ai pas le temps/je ne suis pas venu.*	**Li ma amul jot moo tax ñówuma.** *C'est parce que je n'ai pas le temps que je ne suis pas venu.*
Danga liggéeyul lu bare / sonnuloo. *Tu n'as pas beaucoup travaillé/tu n'es pas fatigué.*	**Li nga liggéeyul lu bare moo tax sonnuloo.** *C'est parce que tu n'as pas beaucoup travaillé que tu n'es pas fatigué.*
Dimmaliwuñu ko / santu ñu. *Nous ne l'avons pas aidé/il ne nous a pas remerciés.*	**Li ñu ko dimmaliwul moo tax santu ñu.**
Naanuma wiski / gëmmantuwuma. *Je n'ai pas bu de whisky/je n'ai pas sommeil.*	**Li ma naanul wiski moo tax gëmmantuwuma.**
Duma góor / antanuma ko. *Je ne suis pas un homme/je ne peux le porter.*	**Li ma dul góor moo tax antanuma ko.**
Muus mi demul / jinax yi fowuñu. *Le chat n'est pas parti/les souris ne s'amusent pas.*	**Li muus mi demul moo tax jinax yi fowuñu.**
Jànguma bu baax / admiwuma. *Je n'ai pas bien étudié/je ne suis pas admis.*	**Li ma jàngul bu baax moo tax admiwuma.**
Dafa sonnul / nelawul. *Il n'est pas fatigué (il ne dort pas).*	**Li mu sonnul moo tax nelawul.**
Dafa seddul / sànguwuleen. *Il ne fait pas froid/vous ne vous êtes pas couverts.*	**Li mu seddul moo tax sànguwuleen.**

II. Construction des verbes opérateurs.

→ Exercice : transformer les phrases suivantes en insérant le verbe donné en amorce.

→ *Modèle*

Fii laay liggéeye. (géj)
C'est ici que je travaille. (rester longtemps sans)

Gég naa fee liggéeye.
Il y a longtemps que je ne travaille pas ici.

Fii la Omar di liggéeye (yàgg).
C'est ici que travaille Omar. (rester longtemps)

Omar yàgg na fee liggéeye.
Omar travaille ici depuis longtemps.

Transformer suivant le même modèle :

Dinga ko def (mën)
Tu le feras. (pouvoir)

Mën nga koo def.
Tu peux le faire.

Damay dem pàkku Juuj. (bëgg)
Je vais au parc du Djoudj. (vouloir)

Dama bëgga dem pàkku Juuj.
Je veux aller au parc du Djoudj.

5 h. jot na. (war)
Il est 5 h. (devoir)

5 h. war na jot.
Il doit être 5 h.

Mu ngiy téj. (waaj)
Il ferme. (se préparer à)

Mu ngiy waaja téj.
Il se prépare à fermer.

Lekk ngeen ceebu jén. (géj)
Vous avez mangé du riz au poisson. (rester longtemps sans)

Géj ngeena lekk ceebu jén.
Il y a longtemps que vous n'avez pas mangé du riz au poisson.

Dama sonn. (xaw)
Je suis fatigué. (faillir)

Dama xawa sonn.
Je suis un peu fatigué.

Omar moo ma tardeloo. (tax)
C'est Omar qui m'a retardé. (être la raison de)

Omar moo ma taxa tarde.
C'est Omar qui m'a retardé.

Dem naa Gore. (mës)
J'ai été à Gorée. (avoir déjà fait au moins une fois)

Mës naa dem Gore.
J'ai déjà été à Gorée.

Omar ngay àndal. (faral)
C'est en compagnie d'O. que tu vas. (avoir l'habitude de)

Omar ngay farala àndal.
Tu es souvent en compagnie d'Omar.

Xam naa Pierre. (yàgg)
Je connais Pierre. (durer)

Yàgg naa xam Pierre.
Il y a longtemps que je connais Pierre.

Demal ! (mën)
Pars ! (pouvoir)

Mën ngaa dem.
Tu peux partir.

Damay jàng wolof. (bëgg)
J'apprends le wolof. (vouloir)

Dama bëgga jàng wolof.
Je veux apprendre le wolof.

Woto bi dawul bu baax. (mën)
L'auto ne roule pas vite. (pouvoir)

Woto bi mënula daw bu baax.
L'auto ne peut pas rouler vite.

Dañuy duggi marse. (war)
Nous allons faire le marché. (devoir)

Dañu wara duggi marse.
Nous devons aller faire le marché.

Dafay taw. (waaj)
Il pleut. (se préparer à)

Dafay waaja taw.
La pluie se prépare.

Gis ngeen ma daaw. (géj)
Vous m'avez vu l'an dernier. (rester longtemps sans)

Géj ngeen maa gis daaw.
Vous ne m'avez pas vu depuis l'an dernier.

Toj naa weer bi. (xaw)
J'ai cassé le verre. (faillir)

Xaw naa toj weer bi.
J'ai failli casser le verre.

Naanuloo biiñ. (mës)
Tu n'as pas bu de vin. (avoir déjà au moins une fois)

Mësuloo naan biiñ.
Tu n'as jamais bu de vin.

Dinañuy waxtaan ak man. (faral)
Ils bavardent avec moi. (avoir l'habitude de)

Dinañuy farala waxtaan ak man.
Ils bavardent souvent avec moi.

Leçon 13

Fukkeelu njàng ak ñett

1 **Fukkeelu njàng ak ñett.**
2 **Doktoor baa ngiy paase wisit Omar.**
3 **Opitaal.**
4 **Omar ak doktoor bi** (D.).

5 **Pierre ak Omar ñu ngi ci biró doktoor bi. Doktoor baa ngiy laaj Omar lu ko jot**[1].

6 D. **Lu lay metti**[1] **?**
7 O. **Dama sibiru.**
8 D. **Ndax dingay liw**[2] **?**
9 O. **Waaw ! damay sëqët**[2] **itam.**
10 D. **Ndax dingay sëqët**[2] **lu bare ?**
11 O. **Waaw ! guddi laay gëna**[3] **sëqët**[2].
12 D. **Loolu rekk a lay metti ?**
13 O. **Déedéet, suma bakkan itam dinay sottiku**[2].
14 D. **Ndax dina lay faral di dal**[2] **?**
15 O. **Léeg-léeg.**
16 D. **Xanaa dangay tux**[2] **?**
17 O. **Daan naa**[4] **tux, waaye tuxatuma**[5].
18 D. **Kañ nga bàyyi tux ?**
19 O. **Ñaari at a ngi tuxuma.**
20 D. **Am ordonaas bii : ay doom la.**
21 O. **Naka laay naane doom yi ?**
22 D. **Ñetti yoon bés bu nekk**[6] **: benn ci suba, benn ci ngoon, benn ci guddi bala ngay tëdd. Boo defee noonu, léegi, nga tane ; dootuloo sëqët**[7].

VOCABULAIRE

Verbes

paase wisit	examiner un malade
metti	faire mal
sëqët	tousser
gën	être ou faire plus
sottiku	couler, se déverser
tux	fumer
bàyyi	laisser, cesser

Noms

biró (b)	bureau
ordonaas (b)	ordonnance
doom (b)	comprimé
wisit (b)	visite médicale

1 *Treizième leçon.*
2 *Le médecin examine Omar.*
3 *L'hôpital.*
4 *Omar et le médecin* (D.).

5 *Pierre et Omar sont dans le bureau du médecin. Le médecin demande à Omar ce qui ne va pas.*

6 D. *Où avez-vous mal ?*
7 O. *J'ai de la fièvre.*
8 D. *Est-ce que vous avez des frissons ?*
9 O. *Oui ! et je tousse aussi.*
10 D. *Est-ce que vous toussez beaucoup ?*
11 O. *Oui ! c'est surtout le soir que je tousse.*
12 D. *C'est tout ce que vous avez ?*
13 O. *Non ! j'ai aussi le nez qui coule.*
14 D. *Est-ce que ça vous arrive souvent ?*
15 O. *De temps en temps.*
16 D. *Est-ce que par hasard vous fumez ?*
17 O. *J'ai fumé dans le temps, mais je ne fume plus.*
18 D. *Quand avez-vous cessé de fumer ?*
19 O. *Ça fait deux ans que je ne fume pas.*
20 D. *Voilà votre ordonnance : ce sont des comprimés.*
21 O. *Comment dois-je prendre les comprimés ?*
22 D. *Trois fois par jour : un le matin, un l'après-midi, un le soir avant de vous coucher. Si vous le faites, bientôt vous irez mieux, vous ne tousserez plus.*

Autres

itam	aussi
léeg-léeg	de temps en temps
bala	avant que

Verbes supplémentaires

taxaw	être debout, s'arrêter
saf	faire mal
soj	être enrhumé

COMMENTAIRE GRAMMATICAL

1) Ligne 5 : **lu ko jot ?** équivaut à **lan moo ko jot ?** (litt. *Qu'est-ce qui l'atteint ?*) *Qu'est-ce qu'il a ?* De même **ku ko def ?** équivaut à **Kan moo ko def ? Lu lay metti ?** équivaut à **Lan moo lay metti ?** ligne 6.

2) L'expression de l'habitude et la répétition. Tous les modes du wolof peuvent prendre le sens de l'habituel à l'inaccompli. C'est le contexte qui permet de distinguer entre la valeur d'*actuel-duratif*, de *futur* ou d'*habituel*. Ainsi, hors contexte, **Damay dem** peut signifier a) *Je suis en train de partir.* b) *Je vais partir.* c) *J'ai l'habitude de partir*. Cependant, la conjugaison en **na (dina)** est privilégiée pour exprimer l'habitude et la répétition. La marque **di** ou **- y** de l'inaccompli y est même ajoutée une seconde fois pour renforcer cette valeur. Voir lignes 8, 10 et 16. **Dingay liw.** *Tu as souvent froid*, ou *Tu as des frissons*. **Dingay sëqët**. *Tu tousses souvent*. **Dangay tux**. *Tu fumes, tu es fumeur*. Pour les formes négatives, voir plus haut, unité 10, note 12.

3) **Gën**, *être plus*, est un verbe opérateur qui permet d'exprimer le comparatif et le superlatif. Cf. unité 16.

4) Ligne 17 : le suffixe **- aan**, précédé de **di -** (marque de l'inaccompli) exprime un passé lointain habituel. **Daan naa tux**. Autrefois je fumais.

5) **Tuxatuma**. *Je ne fume plus* (Litt. : *Je n'ai pas refumé*. **- at** suffixe itératif).

6) Ligne 22 : **Bés bu nekk.**
Cette construction relative avec **nekk** *exister, demeurer, se trouver*, permet de traduire *chaque, tout, n'importe quel*. **Bés bu nekk** : *chaque jour* ; **at mu nekk** : *chaque année* ; **fu nekk** : *partout, n'importe où* ; **ku nekk** : *quiconque, n'importe qui, chacun*.

7) Ligne 22 : **Dootuloo sëqët** < **du** + **aat** + **uloo**. D'où la conjugaison suivante (*ne plus* + verbe négatif à l'inaccompli) :

Dootuma tux. *Je ne fumerai plus.*
Dootuloo tux. *Tu ne fumeras plus.*
Dootul tux. *Il ne fumera plus.*

Dootuñu tux. *Nous ne fumerons plus.*
Dootuleen tux. *Vous ne fumerez plus.*
Dootuñu tux. *Ils ne fumeront plus.*
Devant un nom, ces formes ont le sens de *ne plus être*. **Dootuma janx** : *Je ne suis plus une jeune fille.*

EXERCICES

I. Depuis + durée indéterminée.

→ Exercice 1 : **bu yàgg.** *depuis longtemps.*
bu yàggul. *pas depuis longtemps.*

→ *Modèle*

Kañ nga feebar ? (bu yàgg). *Depuis quand es-tu malade ?*	**Yàgg naa feebar.** *Je suis malade depuis longtemps.*
Kañ nga tàmbalee jàngale ? (bu yàggul) *Quand as-tu commencé à enseigner ?*	**Yàggumaa tàmbalee jàngale.** *Il n'y a pas longtemps que j'enseigne.*

Transformer selon le même modèle :

Kañ la séy ? (bu yàgg) *Depuis quand est il marié ?*	**Yàgg naa sey.** Il est marié depuis longtemps.
Kañ ngeen xamante ? (bu yàggul) *Depuis quand vous connaissez-vous ?*	**Yàggunoo xamante.** *Il n'y a pas longtemps que nous nous connaissons.*
Kañ nga bàyyi tux ? (bu yàgg) *Quand as-tu cessé de fumer ?*	**Yàgg naa bàyyi tux.** *J'ai cessé de fumer depuis longtemps.*
Kañ lañu jénd kër gi ? (bu yàggul) *Quand ont-ils acheté la maison ?*	**Yàgguñoo jénd kër gi.** *Il n'y a pas longtemps qu'ils ont acheté la maison.*

Kañ la la ko wax ? (bu yàgg)
Quand te l'a-t-il dit ?

Yàgg na ma koo wax.
Il me l'a dit depuis longtemps.

Kañ nga wér ? (bu yàggul)
Quand t'es-tu rétabli ?

Yàggumaa wér.
Il n'y a pas longtemps que je me suis rétabli.

Kañ ngeen ko fey ? (bu yàgg)
Quand l'avez-vous payé ?

Yàgg nañu koo fey.
On l'a payé depuis longtemps.

Kañ nga ko xalaat ? (bu yàggul)
Depuis quand y as-tu pensé ?

Yàgguma koo xalaat.
Il n'y a pas longtemps que j'y ai pensé.

Kañ la dëkk fii ? (bu yàgg)
Depuis quand habite-t-il ici ?

Yàgg na fee dëkk.
Il habite ici depuis longtemps.

Kañ nga ñów Senegaal ? (bu yàggul)
Quand es-tu venu au Sénégal ?

Yàggumaa ñów Senegaal.
Il n'y a pas longtemps que je suis venu au Sénégal.

→ Exercice 2 : il y a longtemps que ne ... pas ...
il n'y a pas longtemps que ...

→ *Modèle*

Dingay gis Omar ? (déedéet)
Est-ce que tu vois Omar ? (non)

Géj naa koo gis.
Il y a longtemps que je ne l'ai pas vu.

Dingay gis Omar ? (waawaaw)
Est-ce que tu vois Omar (oui)

Géjuma koo gis.
Il n'y a pas longtemps que je l'ai vu.

Transformer selon le même modèle :

Dingay seeti sa maam ? (waawaaw)
Est-ce que tu vas voir ton grand-père ? (oui)

Géjuma koo seeti.
Il n'y a pas longtemps que je suis allé le voir.

Dinay dem tefes ? (déedéet)
Est-ce qu'il va à la plage ? (non)

Géj na faa dem.
Il y a longtemps qu'il n'y est pas allé.

Dingeen di dégg Omar ? (waawaaw)
Recevez-vous des nouvelles d'Omar ? (oui)
Dinay nuyuji yaayam ? (déedéet)
Va-t-il visiter sa mère ? (non)
Dingay doxantuji ? (waawaaw)
Est-ce que tu te promènes ? (oui)
Dingeen di xoolaat seen téere wolof ? (déedéet)
Est-ce que vous revoyez votre manuel de wolof ? (non)
Dingay lekk ceebu jén ? (waawaaw)
Manges-tu du riz au poisson ? (oui)
Dinay dem sinemaa ? (déedéet)
Va-t-il au cinéma ? (non)
Dingay bind Omar ? (waawaaw)
Est-ce que tu écris à Omar ? (oui)

Géjuñu koo dégg.
Il n'y a pas longtemps que nous avons eu de ses nouvelles.
Géj na koo nuyuji.
Il y a longtemps qu'il ne lui a pas rendu visite.

Géjumaa doxantuji.
Il n'y a pas longtemps que je suis allé me promener.

Géj nañoo xoolaat suñu téere wolof.
Il y a longtemps que nous n'avons pas revu notre manuel de wolof.
Géjumaa lekk ceebu jén.
Il n'y a pas longtemps que j'ai mangé de riz au poisson.
Géj naa dem sinemaa.
Il y a longtemps qu'il n'est pas allé au cinéma.
Géjuma koo bind.
Il n'y a pas longtemps que je lui ai écrit.

II. Depuis (date d'origine)

→ *Modèle*

Kañ nga tàmbalee tux ? (daaw) *Depuis quand fumes-tu ? (l'an dernier)*	**Daaw laa tàmbalee tux.** *Je fumes depuis l'an dernier.*

Transformer selon le même modèle :

Kañ ngeen géja gis jant bi ? (bërki démb) *Depuis quand n'avez-vous plus vu le soleil ? (avant-hier)*	**Bërki démb lañu géja gis jant bi.** *Nous n'avons plus vu le soleil depuis avant-hier.*
Kañ la door njàng mi ? (14 novembre**)** *Quand a-t-il commencé l'apprentissage*	**14** « novembre » **la door njàng mi.** *Il a commencé l'apprentissage le 14 novembre.*
Kañ la xaj bi tàmbalee bów ? (démb) *Quand le chien a-t-il commencé à aboyer ? (hier)*	**Démb la xaj bi tàmbalee bów.** *Il aboie depuis hier.*
Kañ ngeen tàmbalee ànd ? (1985) *Depuis quand êtes-vous ensemble ?*	**1985 lañu tàmbalee ànd.** *Nous sommes ensemble depuis 1985.*
Kañ lañu géja dem tefes ? (bësu sàmbaraax ba) *Depuis quand ne sommes-nous pas allés à la plage ? (le jour de la tempête)*	**Bësu sàmbaraax ba lañu géja dem tefes.** *Nous ne sommes pas allés à la plage depuis le jour de la tempête.*
Kañ nga mujjee dem sinemaa ? (bi ñu dajee Vog) *Depuis quand n'as-tu pas été au cinéma ? (quand on s'est retrouvés au Vog)*	**Bi ñu dajee Vog laa mujjee dem sinemaa.** *Je n'ai pas été au cinéma depuis qu'on s'est retrouvés au Vog.*
Kañ ngeen séy ? (bi ma noppee jàng) *Quand vous êtes-vous mariés ? (après mes études)*	**Bi ma noppee jàng lañu séy.** *Nous nous sommes mariés après mes études.*

Kañ la fi woto bi géja romb ? (midi) *Depuis quand la voiture n'est-elle pas passée ici ? (midi)*	**Midi la fi woto bi géja romb.** *La voiture n'est pas passée ici depuis midi.*
Kañ la xale bi géja namp ? (bi yaayam feebaree) *Depuis quand l'enfant n'a-t-il pas tété ? (depuis que sa mère est malade)*	**Bi yaayam feebaree la xale bi géja namp.** *L'enfant n'a pas tété depuis que sa mère est malade.*
Kañ la géja xéysi ? (20 décembre**)** *Depuis quand n'est-il pas venu travailler ?*	**20** « décembre » **la géja xéysi.** *Il n'est pas venu travailler depuis le 20 décembre.*
Kañ ngeen géja jot i leetaram ? (daaw jéeg) *Depuis quand n'avez-vous pas reçu ses lettres ? (il y a 2 ans)*	**Daaw jéeg lañu géja jot i leetaram.** *Il y a deux ans que nous n'avons pas reçu ses lettres.*

III. Depuis (expression de la durée écoulée par rapport au moment de l'énonciation).

→ Exercice 1 :

→ *Modèle*

Kañ nga tàmbalee tux ? (ñaari at) *Depuis quand fumes-tu ? (2 ans)*	**Bi ma tàmbalee tux ak léegi am na ñaari at.** *Je fume depuis deux ans. (Litt. : Depuis le moment où j'ai commencé à fumer jusqu'à maintenant, il y a deux ans.)*
Kañ la dem ? (ñetti weer) *Depuis quand est-il parti ? (3 mois)*	**Bi mu demeek léegi am na ñetti weer.** *Cela fait trois mois qu'il est parti.*
Kañ lañu tàmbalee liggéey ? (at) *Depuis quand travaillons-nous ? (1 an)*	**Bi ñu tàmbalee liggéey ak léegi am na at.** *Nous travaillons depuis un an.*

Transformer selon le même modèle :

Kañ ngeen géjà gis jant bi ? (ñetti fan) *Depuis quand n'avez-vous pas vu le soleil (3 jours)*	**Bi ñu géjee gis jant bi ak léegi am na ñetti fan.**
Kañ la door njàng mi ? (ñenti weer) *Depuis quand étudie-t-il (4 mois)*	**Bi mu dooree njàng mi ak léegi am na ñenti weer.**
Kañ ngeen tàmbalee ànd ? (at ak ñaari weer) *Depuis quand êtes-vous ensemble ? (1 an et 2 mois)*	**Bi ñu tàmbalee ànd ak léegi am na at ak ñaari weer.**
Kañ lañu géjee dem tefes ? (ñaari ayubés) *Depuis quand ne sommes-nous pas allés à la plage ? (2 semaines)*	**Bi ñu géjee dem tefes ak léegi am na ñaari ayubés.**

Kañ nga mujjee dem sinemaa ? (juróomi weer)
Depuis quand n'es-tu pas allé au cinéma ? (5 mois)

Bi ma mujjee dem sinemaa ak léegi am na juróomi weer.

Kañ nga séy ? (fukki at ak juróom benn)
Depuis quand es-tu marié ? (16 ans)

Bi ma séyeek léegi am na fukki at ak juróom benn.

Kañ la fi woto bi géja romb ? (genn-wàllu waxtu)
Depuis quand la voiture n'est-elle pas passée ? (1/2 heure)

Bi fi woto bi géjee romb ak léegi am na genn-wàllu waxtu.

Kañ la xale bi géja namp ? (ñetti fan)
Depuis quand l'enfant n'a-t-il pas tété ? (3 jours)

Bi xale bi géjee namp ak léegi am na ñetti fan.

Kañ la géja xéysi ? (fukki fan)
Depuis quand n'a-t-il pas travaillé ? (10 jours)

Bi mu géjee xéyseek léegi am na fukki fan.

Kañ nga géja jot i leetaram ? (juróom-ñenti weer)
Depuis quand n'as-tu pas reçu de lettre ? (9 mois)

Bi ma géjee jot i leetaram ak léegi am na juróom-ñenti weer.

→ Exercice 2 :

→ *Modèle*

Kañ nga tàmbalee tux ? (ñaari at)	**Ñaari at a ngi may tux.**
Depuis quand fumes-tu ? (2 ans)	*Voici deux ans que je fume.*
Kañ nga bàyyi tux ? (ñaari weer)	**Ñaari weer a ngi tuxuma.**
Quand as-tu cessé de fumer ? (2 mois)	*Voici deux mois que je n'ai pas fumé.*

Transformer selon le même modèle :

Kañ ngeen géja gis jant bi ? (ñetti fan)	**Ñetti fan a ngi gisuñu jant bi.**
Depuis quand n'avez-vous pas vu le soleil ? (3 jours)	*Voici trois jours que nous n'avons pas vu le soleil.*
Kañ la door njàng mi ? (ñenti weer)	**Ñenti weer a ngi muy jàng.**
Quand a-t-il commencé l'apprentissage ? (4 mois)	*Voici quatre mois qu'il a commencé l'apprentissage.*
Kañ lañu géj tefes ? (ayubés) ?	**Ayubés a ngi démuñu tefes.**
Depuis quand n'avons-nous pas été à la plage ? (une semaine)	*Voici une semaine que nous n'avons pas été à la plage.*
Kañ la xaj bi tàmbalee bów ? (fukki minit)	**Fukki minit a ngi xaj biy bów.**
Depuis quand le chien aboie-t-il ? (10 mn)	*Voici dix minutes que le chien aboie.*
Kañ nga mujjee dem sinemaa ? (juróomi weer)	**Juróomi weer a ngi demuma sinemaa.**
Depuis quand n'as-tu pas été au cinéma ? (5 mois)	*Voici cinq mois que je n'ai été au cinéma.*
Kañ ngeen tàmbalee ànd ? (at ak ñaari weer)	**At ak ñaari weer a ngi ñuy ànd.**
Depuis quand sortez-vous ensemble ? (1 an et 2 mois)	*Voici un an et deux mois que nous sortons ensemble.*

Kañ la fi woto bi géja romb ? (genn wàllu waxtu)
Depuis quand l'auto n'est-elle pas passée par ici ? (1/2 heure)

Genn wàllu waxtoo ngi woto bi rombu fi.
Voici une demi-heure que l'auto n'est pas passée par ici.

Kañ la xale bi géja namp ? (ñaari ayubés)
Depuis quand l'enfant n'a-t-il pas tété ? (2 semaines)

Ñaari ayubés a ngi xale bi nampul.
Voici deux semaines que l'enfant n'a pas tété.

Kañ nga tàmbalee liggéey ? (ñenti weer)
Depuis quand travailles-tu ? (4 mois)

Ñenti weer a ngi may liggéey.
Voici quatre mois que je travaille.

Kañ la géja jot i leetaram ? (ñaari at)
Depuis quand n'a-t-il pas reçu de ses lettres ? (2 ans)

Ñaari at a ngi jotul i leetaram.
Voici deux ans qu'il n'a pas reçu de ses lettres.

IV. Ne pas être / ne plus être.

→ *Modèle*

Du buur.
Il n'est pas roi.

Dootul buur.
Il n'est plus roi.

Transformer selon le même modèle :

Duma jàngalekat. *Je ne suis pas professeur.*	**Dootuma jàngalekat.** *Je ne suis plus professeur.*
Duñu xale. *Nous ne sommes pas des enfants.*	**Dootuñu xale.** *Nous ne sommes plus des enfants.*
Doo ministar. *Tu n'es pas ministre.*	**Dootoo ministar.** *Tu n'es plus ministre.*
Dungeen xariti Omar. *Vous n'êtes pas des amis d'Omar.*	**Dootuleen xariti Omar.** *Vous n'êtes plus des amis d'Omar.*
Du doktooru ekool bi. *Il n'est pas le docteur de l'école.*	**Dootul doktooru ekool bi.** *Il n'est plus docteur de l'école.*
Duma jëkkëru ndaw si. *Je ne suis pas l'époux de la dame.*	**Dootuma jëkkëru ndaw si.** *Je ne suis plus l'époux de la dame.*
Duñu respoŋsaabalu kope bi. *Nous ne sommes pas responsables de la coopérative.*	**Dootuñu respoŋsaabalu kope bi.** *Nous ne sommes plus responsables de la coopérative.*
Dungeen alkaati. *Vous n'êtes pas policiers.*	**Dootuleen alkaati.** *Vous n'êtes plus policiers.*
Du foksineer. *Il n'est pas fonctionnaire.*	**Dootul foksineer.** *Il n'est plus fonctionnaire.*
Duñu baykat. *Nous ne sommes pas cultivateurs.*	**Dootuñu baykat.** *Nous ne sommes plus cultivateurs.*

V. Ne pas faire / ne plus faire.

→ Exercice 1 :

→ *Modèle*

Tuxuma.
Je n'ai pas fumé, ou *je ne fume pas.*

Tuxatuma.
Je ne fume plus, ou *je n'ai plus fumé.* (Litt. : *je n'ai pas refumé.*)

Transformer selon le même modèles :

Waxuma.
Je n'ai pas parlé, je ne parle pas.

Waxatuma.
Je n'ai plus parlé, je ne parle plus.

Lekkuloo.
Tu n'as pas mangé, tu ne manges pas.

Lekkatuloo.
Tu n'as plus mangé, tu ne manges plus.

Naanuñu.
Nous n'avons pas bu, nous ne buvons pas.

Naanatuñu.
Nous n'avons plus bu, nous ne buvons plus.

Jànguma.
Je n'étudie pas, je n'ai pas étudié.

Jàngatuma.
Je n'ai plus étudié, je n'étudie plus.

Xamuleen dara.
Vous ne savez rien.

Xamatuleen dara.
Vous ne savez plus rien.

Jaayuma.
Je ne vends pas, je n'ai pas vendu.

Jaayatuma.
Je n'ai plus vendu, je ne vends plus.

Jénduloo.
Tu n'achètes pas, tu n'as pas acheté.

Jéndatuloo.
Tu n'achètes plus, tu n'as plus acheté.

Liggéeyul.
Il ne travaille pas, il n'a pas travaillé.

Liggéeyatul.
Il ne travaille plus, il n'a plus travaillé.

Jàngalewuñu.
Ils n'enseignent pas, ils n'ont pas enseigné.

Jàngaleetuñu.
Ils n'enseignent plus, il n'ont plus enseigné.

→ Exercice 2 :

→ *Modèle*

Dumay liggéey. *Je ne travaille pas (habitude).*	**Dootumay liggéey.** *Je ne travaille plus.*

Transformer selon le même modèle :

Dumay seeti Omar. *Je ne vais pas voir Omar.*	**Dootumay seeti Omar.** *Je ne vais plus voir Omar.*
Dumay sangu suba. *Je ne me lave pas le matin.*	**Dootumay sangu suba.** *Je ne me lave plus le matin.*
Duy dem tefes. *Il ne va pas à la plage.*	**Dootul dem tefes.** *Il ne va plus à la plage.*
Dooy bind Omar. *Tu n'écris pas à Omar.*	**Dootulooy bind Omar.** *Tu n'écris plus à Omar.*
Duñuy nappi. *Nous n'allons pas pêcher.*	**Dootuñuy nappi.** *Nous n'allons plus pêcher.*
Dungeen di dëglu xibaar yi. *Vous n'écoutez pas les informations.*	**Dootuleen di dëglu xibaar yi.** *Vous n'écoutez plus les informations.*
Dumay wax wolof lu bare. *Je ne parle pas beaucoup wolof.*	**Dootumay wax wolof lu bare.** *Je ne parle plus beaucoup wolof.*
Duy naan kafe. *Il ne boit pas de café.*	**Dootul naan kafe.** *Il ne boit plus de café.*
Duñuy jàng guddi. *Nous n'étudions pas la nuit.*	**Dootuñuy jàng guddi.** *Nous n'étudions plus la nuit.*
Dumay def suukar ci suma kafe. *Je ne mets pas de sucre dans mon café.*	**Dootumay def suukar ci suma kafe.** *Je ne mets plus de sucre dans mon café.*

VI. L'expression de l'habitude.

→ *Modèle*

Dumay liggéey guddi. *Je ne travaille pas la nuit.*	**Dinaay liggéey guddi.** *Je travaille la nuit.*

Transformer selon le même modèle :

Dumay seeti Omar. *Je ne vais pas voir Omar.*	**Dinaay seeti Omar.**
Dooy sangu suba. *Tu ne te laves pas le matin.*	**Dingay sangu suba.**
Duy dem tefes. *Il ne va pas à la plage.*	**Dinay dem tefes.**
Duñuy bind Omar. *Nous n'écrivons pas à Omar.*	**Dinañuy bind Omar.**
Dungeen di nappi. *Vous n'allez pas à la pêche.*	**Dingeen di nappi.**
Dumay dëglu xibaar yi. *Je n'écoute pas les nouvelles.*	**Dinaay dëglu xibaar yi.**
Dooy wax wolof lu bare. *Tu ne parles pas beaucoup le wolof.*	**Dingay wax wolof lu bare.**
Duy naan kafe guddi. *Il ne boit pas du café le soir.*	**Dinay naan kafe guddi.**
Duñuy jàng guddi. *Nous n'étudions pas la nuit.*	**Dinañuy jàng guddi.**
Dungeen di def suukar ci seen kafe. *Vous ne mettez pas du sucre dans votre café.*	**Dingeen di def suukar ci seen kafe.**

Leçon 14

Fukkeelu njàng ak ñent

1 **Fukkelu njàng ak nent.**
2 **Moor a ngiy yégle takku doomam.**
3 **Kër Mamadu Jóob.**
4 **Mamadu (M.) ak jabaram (F.).**

5 **Moor Njaay seeti na Mamadu Jób këram, fekku[1] ko fa, mu wax jabar ji, Faatu Juuf, li ko fi indiwoon. Léegi Mamadu ñibbisi na ; Faatoo ngi koy jottali yóbbante Moor.**

6 F. **Moor dikkoon na fi ci sa gannaaw[2]. Mu ne dafay meye doomam.**
7 M. **Ndax[3] wax na la bés bi ?**
8 F. **Mu ne nga seetsi ko ndax[3] ngeen waxtaan ci.**
9 M. **Baax na. Xaar na ma lu yàgg[4] ?**
10 F. **Déedéet ! lu tollook[5] genn wàllu waxtu rekk la fi toog.**
11 M. **Lu tax ?**
12 F. **Mënuloon xaar, ndax[3] dafa àndoon ak nit** *ou bien* **dafa àndoon ak nit moo tax.**
13 M. **Kan la ? Ndax xam naa ko ?**
14 F. **Tubaab la. Mësuma ko woon gis[6].**
15 M. **Kon boog, dinaa seeti Moor bu ma reeree ba noppi.**
16 F. **Xaaral ma yekk !**

VOCABULAIRE

Verbes

yégle	annoncer
fekk	trouver
ñibbi	retourner
ñibbisi	revenir chez soi
jottali	faire passer, transmettre, donner
dikk	venir
mey, may	donner, offrir
meye	donner en mariage
yekk	servir (un mets)

1 *Quatorzième leçon.*
2 *Mor annonce le mariage de sa fille.*
3 *La maison de Mamadou Diop.*
4 *Mamadou* (M.) *et sa femme* (F.).

5 *Mor Ndiaye est venu trouver Mamadou Diop. Il ne l'a pas trouvé à la maison. Il a dit à Fatou Diouf, la femme de celui-ci, ce qui l'amenait. Maintenant, Mamadou est rentré. Fatou lui transmet le message de Mor.*

6 F. *Mor est venu ici en ton absence ; il a dit qu'il mariait sa fille.*
7 M. *Est-ce qu'il t'a dit quel jour ?*
8 F. *Il dit que tu viennes le voir afin d'en discuter.*
9 M. *C'est bien. Est-ce qu'il m'a attendu longtemps ?*
10 F. *Non ! il n'est resté qu'une demi-heure.*
11 M. *Pourquoi ?*
12 F. *Il ne pouvait pas attendre, parce qu'il était venu avec quelqu'un.*
13 M. *Qui était-ce ? Est-ce que je le connais ?*
14 F. *C'est un Européen. Je ne l'avais jamais vu.*
15 M. *Alors, j'irai voir Mor quand j'aurai fini de dîner.*
16 F. *Attends que je serve !*

Noms

takk (g)	mariage, noces
yóbbante (b)	message
genn wàll (g)	moitié, demi
waxtu (w)	heure, moment
Tubaab (b)	Européen, Blanc

Autres

ndax	est-ce que, afin que, parce que
lu yàgg	pendant longtemps
lu tax	pourquoi ?

COMMENTAIRE GRAMMATICAL

1) **Fekku** (ligne 5) : *Il n'a pas trouvé,* vient de **fekkul** ; le **- l** de la conjugaison négative tombe devant un pronom objet.

2) **Ci sa gannaaw** (ligne 6), litt. : *dans ton dos, derrière toi,* i.e. *en ton absence.*

3) Noter les trois valeurs de **ndax :** lignes 7, 8, 13.

a - est-ce que ?, devant une phrase interrogative équipondérée (réponse par *oui* ou *non* également vraisemblable).

b - pour que, introduisant une subordonnée de but ; le verbe est alors à la forme neutre **(mu).**

c - parce que, introduisant une subordonnée causale en réponse à une question en **lu tax ?** *pourquoi ?* Le verbe prend alors **dafa** ou **na**. Noter qu'on peut aussi inverser la construction des causales en plaçant **moo tax** (litt. : *ceci est la cause*) en fin de phrase (voir ligne 12). Cf. leçon 12, lignes 13 et 15.

4) **Lu yàgg** (ligne 9), *longtemps.* Les expressions adverbiales, en wolof, se forment avec des verbes précédés de **bu** ou **lu.**

Noter la différence entre **Dem na bu yàgg :** *Il est parti depuis longtemps* et **Xaar na la lu yàgg :** *Il t'a attendu longtemps* (**yàgg :** *durer*). **Dangay liggéey lu bare / lu ëpp / lu yem. :** *Tu travailles beaucoup / trop / sans excès.* (**bare :** *être abondant,* **ëpp :** *excéder,* **yem :** *être moyen*).

5) **Lu tollook** (ligne 10). Suivi d'une indication de durée, il donne le sens de *pendant.* (**tollu :** *atteindre, égaler*). **lu tollu ak** > **lu tollook.**

6) **Mësuma ko woon gis** (ligne 14) : *Je ne l'avais jamais vu.* La marque **- oon** du passé prend la forme **woon** après la finale vocalique. Cette marque se détache en présence d'un pronom objet (ici **ko**). On a par contre : **mësuma woon gis tubaab bi :** *Je n'avais jamais vu l'Européen.*

Contractions : voir tableau de l'emploi des suffixes **- oon** et **- aan** dans la note finale sur le système verbal du wolof.

Faatu + a + ngi > **Faatoo ngi.**
Lu tollu + ak > **Lu tollook.**

EXERCICES

I. Pendant (durée non liée au moment de l'énonciation).

→ Exercice 1 :
→ *Modèle*

Ban diir nga tux ? (ñaari weer) *Combien de temps as-tu fumé ? (deux mois)*	**Tux naa lu tollook ñaari weer.** *J'ai fumé pendant deux mois.*
Ban diir nga liggéey ? (fukki fan) *Combien de temps as-tu travaillé ? (dix jours)*	**Liggéey naa lu tollook fukki fan.** *J'ai travaillé pendant dix jours.*

Transformer selon le même modèle :

Ban diir nga def Senegaal ? (ñetti at) *Combien de temps es-tu resté au Sénégal ? (3 ans)*	**Def naa Senegaal lu tollook ñetti at.** *Je suis resté trois ans au Sénégal.*
Ban diir la jant bi nëbbu ? (benn minit) *Combien de temps le soleil est-il resté caché ? (une minute)*	**Jant bi nëbbu na lu tollook benn minit.** *Le soleil est resté caché une minute.*
Ban diir ngeen jàng wolof ? (ñenti weer) *Combien de temps avez-vous appris le wolof ? (4 mois)*	**Jàng nañu wolof lu tollook ñenti weer.** *J'ai appris le wolof pendant quatre mois.*
Ban diir la xaj bi feebar ? (fukki fan) *Combien de temps le chien a-t-il été malade ? (dix jours)*	**Xaj bi feebar na lu tollook fukki fan.** *Le chien a été malade dix jours.*
Ban diir nga ma xaar ? (geen-wàllu waxtu) *Combien de temps m'as-tu attendu ? (1/2 heure)*	**Xaar naa la lu tollook genn-wàllu waxtu.** *Je t'ai attendu une demi-heure.*

Ban diir la tow ? (fukki minit) *Combien de temps a-t-il plu ? (10 mn.)*	**Tow na lu tollook fukki minit.** *Il a plu dix minutes.*
Ban diir ngeen wax ak moom ? (ñaari waxtu) *Combien de temps lui avez-vous parlé ? (2 heures)*	**Wax nañook moom lu tollook ñaari waxtu.** *Nous avons parlé avec lui pendant deux heures.*
Ban diir la fi woto bi taxaw ? (waxtu) *Combien de temps l'auto s'est-elle arrêtée ici ? (1 heure)*	**Woto bi taxaw na fi lu tollook waxtu.** *L'auto s'est arrêtée ici pendant une heure.*
Ban diir laa nelaw ? (ñenti waxtu) *Combien de temps ai-je dormi (4 heures)*	**Nelaw nga lu tollook ñenti waxtu.** *Tu as dormi quatre heures.*
Ban diir la xale bi jooy ? (fukki minit ak juróom) *Combien de temps l'enfant a-t-il pleuré (15 mn).*	**Xale bi jooy na lu tollook fukki minit ak juróom.** *L'enfant a pleuré pendant un quart d'heure.*

→ Exercice 2 :
→ *Modèle*

Ban diir nga tux ? (ñaari weer) *Pendant combien de temps as-tu fumé ? (2 mois)*	**Tux naa diiru ñaari weer.** *J'ai fumé pendant deux mois.*
Ban diir nga liggéey ? (fukki fan) *Pendant combien de temps as-tu travaillé ? (dix jours)*	**Liggéey naa diiru fukki fan.** *J'ai travaillé pendant dix jours.*

Transformer selon le même modèle :

Ban diir nga def Senegaal ? (ñetti at) *Combien de temps es-tu resté au Sénégal ? (trois ans)*	**Def naa Senegaal diiru ñetti at.**

Ban diir la jant bi nëbbu ? (benn minit)
Combien de temps le soleil est-il resté caché ? (une minute)

Jant bi nëbbu na diiru benn minit.

Ban diir ngeen jàng wolof ? (ñenti weer)
Combien de temps avez-vous appris le wolof ? (quatre mois)

Jàng nañu wolof diiru ñenti weer.

Ban diir la xaj bi feebar ? (fukki fan)
Combien de temps le chien a-t-il été malade ? (dix jours)

Xaj bi feebar na diiru fukki fan.

Ban diir nga ma xaar ? (genn-wàllu waxtu)
Combien de temps m'as-tu attendu ? (1/2 heure)

Xaar naa la diiru genn-wàllu waxtu.

Ban diir la tow ? (fukki at ak ñett)
Combien de temps a-t-il plu ? (dix minutes)

Tow na diiru fukki at ak ñett.

Ban diir ngeen wax ak moom ? (ñaari waxtu)
Combien de temps lui avez-vous parlé ? (deux heures)

Wax nañook moom diiru ñaari waxtu.

Ban diir la fi woto bi taxaw ? (waxtu)
Combien de temps l'auto s'est-elle arrêtée ici ? (une heure)

Woto bi taxaw na fi diiru waxtu.

Ban diir laa nclaw ? (ñenti waxtu)
Combien de temps ai-je dormi ? (deux heures)

Nclaw nga diiru ñenti waxtu.

Ban diir la xale bi jooy ? (fukki minit ak juróom)
Combien de temps l'enfant a-t-il pleuré ? (quinze minutes)

Xale bi jooy na diiru fukki minit ak juróom.

II. Depuis longtemps : **bu yàgg**. Dans la phrase de départ, **yàgg** est un verbe opérateur. Dans la phrase d'arrivée, il est adverbialisé.

→ *Modèle*

Añ bi yàgg na pare. *Le déjeuner est prêt depuis longtemps.*	**Añ bi pare na bu yàgg.** *Le déjeuner est prêt depuis longtemps.*
Xale bi yàgg na agsi. *L'enfant est arrivé depuis longtemps.*	**Xale bi agsi na bu yàgg.** *L'enfant est arrivé depuis longtemps.*

Transformer selon le même modèle :

Salup bi yàgg na dem. *La chaloupe est partie depuis longtemps.*	**Salup bi dem na bu yàgg.**
Caabi ji yàgg na fééñ. *La clé a été retrouvée depuis longtemps.*	**Caabi ji fééñ na bu yàgg.**
Taw bi yàgg na dal. *La pluie a cessé depuis longtemps.*	**Taw bi dal na bu yàgg.**
Rajo bi yàgg na yàqu. *La radio est en panne depuis longtemps.*	**Rajo bi yàqu na bu yàgg.**
Film bi yàgg na tàmbali. *Le film est commencé depuis longtemps.*	**Film bi tàmbali na bu yàgg.**
Jàngalekat bi yàgg na ñów. *Le professeur est venu depuis longtemps.*	**Jàngalekat bi ñów na bu yàgg.**
Xale yi yàgg nañu tëdd. *Les enfants sont couchés depuis longtemps.*	**Xale yi tëdd nañu bu yàgg.**
Bookar yàgg na wàcc. *Bocar est rentré du travail depuis longtemps.*	**Bookar wàcc na bu yàgg.**
Yàgg naa jénd téere bi. *J'ai acheté ce livre depuis longtemps.*	**Jénd naa téere bi bu yàgg.**

Yàgg nañu dégg wax ji. *Nous avons entendu ces propos depuis longtemps.* **Dégg nañu wax ji bu yàgg.**

Attention ! Ne pas confondre **bu yàgg** *depuis longtemps* et **lu yàgg** *(pendant) longtemps).*

Sangu na bu yàgg. *Il s'est baigné depuis longtemps.*
Sangu na lu yàgg. *Il s'est baigné (pendant) longtemps.*
Def naa ko bu yàgg. *Je l'ai fait depuis longtemps.*
Def naa ko lu yàgg. *Je l'ai fait (pendant) longtemps.*

Leçon 15

Fukkeelu njàng ak juróom

1 **Fukkeelu njàng ak juróom.**
2 **Lu tax Ngisali demul takk ga.**
3 **Kër Mamadu.**
4 **Ngisali (Ng.) ak Mamadu (M.).**

5 **Mamadook Faatu dem nañu takk ga ba ñów, fekk Ngisali Fay ci kër gi.**

6 Ng. **Xaw naa ñibbi ; xaar naa leen ba soon.**
7 M. **Dañu demoon ca takk ga.**
8 Ng. **Takk gan[1] ?**
9 M. **Xanaa newuñu la ñówoon naa fa ?**
10 Ng. **Mukk !**
11 M. **Déedéet !**
12 Ng. **Waat naa ko ci suma geñog baay[2] ! yéguma ko.**
13 M. **Moor a doon[3] meye[4] doomam. Doo ko ndokkeeli[5] ?**
14 Ng. **Axakay ! kan lañu ko mey[4] ?**
15 M. **Taawu Demba.**
16 Ng. **Demba man[1] ?**
17 M. **Demba Jóob. Xamuloo ko ?**
18 Ng. **Waawaaw ! ku xees te am taxawaay. Te du[5] dafay jàngale ci iniwersite bi ?**
19 M. **Waaw ! moom sax la. Waaw lu doon tank yi[6] ?**
20 Ng. **Xanaa[7] géj laa gis. Baax na, maa ngiy dem léegi ndax dafa am ku may xaar ca kër ga.**
21 M. **Bul fàttee[8] ndokkeeli Moor waay ! nanga fa gaawa[9] dem.**
22 Ng. **Bu soobee yàlla !**

VOCABULAIRE

Verbes

waat	jurer
ndokkeel	féliciter
xees	avoir le teint clair
am taxawaay	être grand
jàngale	enseigner
gaaw	se hâter, être rapide

Noms

geño (g)	ceinture
taaw (b)	aîné
iniwersite (b)	université

Autres

mukk	jamais
waay	donc ! je t'en prie !

1 *Quinzième leçon.*
2 *Pourquoi Nguissali n'est pas allé à la noce.*
3 *La maison de Mamadou.*
4 *Nguissali* (Ng.) *et Mamadou* (M.).

5 *Mamadou et Fatou sont rentrés de la noce ; ils ont trouvé Nguissali Faye dans la maison.*

6 Ng. *J'ai failli repartir ; j'étais fatigué de vous attendre.*
7 M. *Nous étions allés au mariage.*
8 Ng. *Quel mariage ?*
9 M. *Est-ce qu'on ne t'a pas dit que j'étais allé là-bas ?*
10 Ng. *Jamais de la vie !*
11 M. *Pas possible !*
12 Ng. *Je le jure par la ceinture de mon père ! Je n'étais pas au courant.*
13 M. *Mor mariait sa fille. Est-ce que tu n'iras pas le féliciter ?*
14 Ng. *Si si ! A qui l'a-t-on donnée ?*
15 M. *A l'aîné de Demba.*
16 Ng. *Quel Demba ?*
17 M. *Demba Diop. Est-ce que tu ne le connais pas ?*
18 Ng. *Celui qui a le teint clair et qui est grand ? Est-ce qu'il n'enseigne pas à l'université ?*
19 M. *Oui ! celui-là même ! Alors, qu'est-ce qui t'amène ?*
20 Ng. *C'est que je ne t'ai pas vu depuis longtemps. C'est bon ! Je m'en vais maintenant, car j'ai quelqu'un qui m'attend à la maison.*
21 M. *N'oublie surtout pas d'aller féliciter Mor ! Hâte-toi d'y aller !*
22 Ng. *S'il plaît à Dieu !*

Mots supplémentaires

am xel	avoir de l'intelligence	**caat (b)**	dernier né, benjamin
am xol	avoir du cœur	**jàngalekat (b)**	professeur
am fit	être courageux	**saa yu ne (kk)**	tout moment, toujours

COMMENTAIRE GRAMMATICAL

1) Lignes 8 et 16 : **takk gan ?, Demba man ?** L'adjectif interrogatif varie en fonction de la classe nominale tout comme les démonstratifs, les relatifs et les indéfinis (voir tableau des déterminants, unité 5). Cependant, dans le wolof de Dakar, on a tendance à utiliser l'indice **b -** pour toutes les classes.

Noter que l'interrogatif se place indifféremment avant ou après le nom.

2) Ligne 12 : **Ci suma geñog baay !** *Par la ceinture de mon père !* Expression servant au serment. Le possessif, ici **suma,** ne se place pas forcément devant le nom qu'il qualifie lorsque celui-ci est complément de nom. Dans **suma xaritu baay** ou **xaritu suma baay :** *l'ami de mon père,* **suma** qualifie toujours **baay** et non **xarit.**

3) Ligne 13 : **Moor a doon** ou **moo doon.** La marque de passé **- oon** est ici attachée à la marque **di** de l'inaccompli. Voir tableau dans la note finale sur le système verbal du wolof.

4) Comparer **mey** *donner,* ligne 14, et **meye** ligne 13. Lorsque le bénéficiaire de l'action n'est pas nommé, le verbe prend la marque **- e.** Dans **kan lañu ko mey,** le bénéficiaire figure sous la forme **kan.**

5) **Doo ko ndokkeeli ?** (ligne 13). Forme interro-négative qui sert de forme de politesse. **Doo ma indil ndox ?** *Apporte-moi de l'eau s'il te plaît !*

Te du (ligne 18) se place en début ou en fin de phrase, et permet également de former des phrases interro-négatives.

6) **Lu doon tank yi ?** (ligne 19). Expression idiomatique signifiant littéralement : *Qu'en était-il de tes jambes ?* i.e. : *Quel était le but de ta visite ?*

7) **Xanaa :** (ligne 20). N'est pas ici interrogatif, mais explicatif : *c'est que...*

8) **bul fàttee ndokkeeli :** *N'oublie pas d'aller féliciter Mor !* (ligne 21). Forme négative de l'impératif.

sg. : **bul** + verbe pl. : **buleen** + verbe

9) **gaaw** (ligne 21) est un verbe opérateur : *se hâter de...*

Forme contractée :

Ligne 5 **Mamadu ak** > **Mamadook**

EXERCICES

I. Phrase interro-négative

→ *Modèle*

Yaa ngiy jàng wolof. *Tu apprends le wolof.*	**Jànguloo wolof ?** *N'apprends-tu pas le wolof ?*

Transformer selon le même modèle :

Dem ngeen pàkku Juuj. *Vous avez été au parc du Djoudj.*	**Demuleen pàkku Juuj ?** *N'avez-vous pas été au parc du Djoudj ?*
Jénd nga formaas. *Tu as acheté du fromage.*	**Jénduloo formaas ?** *N'as-tu pas acheté du fromage ?*
Téj nga bunt bi. *Tu as fermé la porte.*	**Téjuloo bunt bi ?** *N'as-tu pas fermé la porte ?*
Raxas na woto bi. *Il a lavé la voiture.*	**Raxasul woto bi ?** *N'a-t-il pas lavé la voiture ?*
Dëglu nga rajo bi. *Tu as écouté la radio.*	**Dëgluwuloo rajo bi ?** *N'as-tu pas écouté la radio ?*
Am nga jabar. *Tu as une épouse.*	**Amuloo jabar ?** *N'as-tu pas une épouse ?*
Paris nga dëkk. *Tu habites à Paris.*	**Dëkkuloo Paris ?** *N'habites-tu pas Paris ?*
Démb la ñów. *C'est hier qu'il est venu.*	**Ñówul démb ?** *N'est-il pas venu hier ?*
Dégg na wolof. *Il parle wolof.*	**Déggul wolof ?** *Ne parle-t-il pas wolof ?*
Yaa ngi koy gis. *Tu le vois.*	**Gisuloo ko ?** *Ne le vois-tu pas ?*

Maa la gëna rafet.
Je suis plus beau que toi.

Gënuma la rafet ?
Ne suis-je pas plus beau que toi ?

Bii moo dàq.
Celui-ci est plus beau.

Bii dàqul ?
Celui-ci n'est-il pas plus beau ?

Dangay am gan ëllëg.
Tu reçois quelqu'un demain.

Doo am gan ëllëg ?
Ne reçois-tu pas quelqu'un demain ?

Bëgg nga caq bi.
Tu veux le collier.

Bëgguloo caq bi ?
Ne veux-tu pas le collier ?

Xale bi dafay nelaw.
L'enfant dort.

Xale bi nelawul ?
L'enfant ne dort-il pas ?

Mos nga ci tuuti.
Tu en as goûté un peu.

Mosuloo ci tuuti ?
N'en as-tu pas goûté un peu ?

Xaj bi lekk na.
Le chien a mangé.

Xaj bi lekkul ?
Le chien n'a-t-il pas mangé ?

Ëllëg feryée la.
Demain, c'est férié.

Ëllëg du feryée ?
N'est-ce pas férié demain ?

Dañuy dem sinemaa ngoon.
Nous allons au cinéma ce soir.

Duñu dem sinemaa ngoon ?
N'allons-nous pas au cinéma ce soir ?

Am nga xaalis.
Tu as de l'argent.

Amuloo xaalis ?
N'as-tu pas d'argent ?

II. Formation de l'impératif (forme négative)

Singulier	**bu** + **l** + verbe	**Bul wax !** **Bul dem !**	Ne parle pas ! Ne pars pas !
Pluriel	**bu** + **leen** + verbe	**Buleen wax !** **Buleen dem !**	Ne parlez pas ! Ne partez pas !

→ Exercice 1 : mettre les verbes suivants à l'impératif négatif (sing. et plur.).

dem	*aller partir*	**Bul dem !**	**Buleen dem !**
agsi	*arriver*	**Bul agsi !**	**Buleen agsi !**
sangu	*se baigner*	**Bul sangu !**	**Buleen sangu !**
bëre	*lutter*	**Bul bëre !**	**Buleen bëre !**
xuloo	*se quereller*	**Bul xuloo !**	**Buleen xuloo !**
saaga	*injurier*	**Bul saaga !**	**Buleen saaga !**
foto	*photographier*	**Bul foto !**	**Buleen foto !**
jóge	*quitter*	**Bul jóge !**	**Buleen jóge !**
jàng	*apprendre*	**Bul jàng !**	**Buleen jàng !**
julli	*prier*	**Bul julli !**	**Buleen julli !**
yóbbu	*emmener*	**Bul yóbbu !**	**Buleen yóbbu !**
boole	*assembler*	**Bul boole !**	**Buleen boole !**
juboo	*se mettre d'accord*	**Bul juboo !**	**Buleen juboo !**
yónnee	*envoyer qqch.*	**Bul yónnee !**	**Buleen yónnee !**
sol	*remplir, porter*	**Bul sol !**	**Buleen sol !**
ba	*laisser*	**Bul ba !**	**Buleen ba !**
woo	*appeler*	**Bul woo !**	**Buleen woo !**
dugg	*entrer*	**Bul dugg !**	**Buleen dugg !**

→ Exercice 2 :

→ *Modèle*

Gaawal dem ! *Va vite ! (**gaaw** : se hâter)*	**Nanga gaaw dem !** *Tu iras vite !* (ordre, mode injonctif)

Transformer selon le même modèle :

Jéemal wax wolof ! *Essaie de parler wolof !*	**Nanga jéem wax wolof !** *Tu essaieras de parler wolof !*
Jélal benn niwaakin bés bu nekk ! *Prends une nivaquine chaque jour !*	**Nanga jél benn niwaakin bés bu nekk !** *Tu prendras une nivaquine chaque jour !*
Rooseel garab yi ! *Arrose les arbres !*	**Nanga roose garab yi !** *Tu arroseras les arbres !*
Fabal xale bi ! *Prends l'enfant !*	**Nanga fab xale bi !** *Tu prendras l'enfant !*
Jéndal yàppu xar ! *Achète de la viande de mouton !*	**Nanga jénd yàppu xar !** *Tu achèteras de la viande de mouton !*

Téjal bunt bi !
Ferme la porte !

Nanga téj bunt bi !
Tu fermeras la porte !

Takkal xaj bi !
Attache le chien !

Nanga takk xaj bi !
Tu attacheras le chien !

Àndal ak Omar !
Va avec Omar !

Nanga ànd ak Omar !
Tu iras avec Omar !

Raxasal woto bi !
Lave la voiture !

Nanga raxas woto bi !
Tu laveras la voiture !

Ñówal suba ci 6 h !
Viens demain à 6 h !

Nanga ñów suba ci 6 h !
Tu viendras demain à 6 h !

III. Emploi des indéfinis

ku (sg.) / **ñu** (pl.) *remplace une (des) personne(s) humaine(s)*
bu (sg.) / **yu** (pl.) *remplace tout le reste.*

Attention ! Avant de répondre, interrogez-vous sur la nature humaine ou non humaine du sujet !

→ *Modèle*

Nit kii dafa am taxawaay.
Cette personne, elle est grande.

Ku am taxawaay la.
C'est quelqu'un de grand.

Ñun dañu am taxaway.
Nous, nous sommes grands.

Ñu am taxaway lañu.
Nous sommes des grands.

Man dama am taxaway.
Moi, je suis grand.

Ku am taxaway laa.
Je suis un grand.

Transformer selon le même modèle :

Moom dafa am kersa.
Lui, il a de la pudeur.

Ku am kersa la.
C'est quelqu'un qui a de la pudeur.

Ñoom, dañu am xel.
Eux, ils ont de l'intelligence.

Ñu am xel lañu.
Ce sont des gens qui ont de l'intelligence.

Yooyu, dañu am ay tupp-tupp.
Ceux-là, ils ont des taches.

Yu am ay tupp-tupp lañu.
Ce sont des tachetés.

Yow, danga am jot.
Toi, tu as du temps.

Boobu, dafa dóomu taal.
Celui-là, il est de couleur cendre.
Yeen, dangeen am wërsëg.
Vous, vous avez de la chance.
Man, dama am doole.
Moi, j'ai de la force.
Ñun, dañu bëgg mburu.
Nous, nous aimons le pain.

Xaj bii, dafa soxor.
Ce chien-là est méchant.
Xale bii, dafa sob.
Cet enfant est turbulent.

Ku am jot nga.
Tu es quelqu'un qui a du temps.
Bu dóomu taal la.
C'est un de couleur cendre.

Ñu am wërsëg ngeen.
Vous êtes des chanceux.

Ku am doole laa.
Je suis quelqu'un de fort.
Ñu bëgg mburu lañu.
Nous sommes de ceux qui aiment le pain.
Bu soxor la.
C'en est un méchant.
Ku sob la.
C'est un turbulent.

Leçon 16

Fukkeelu njàng ak juróom benn

1 **Fukkeelu njàng ak juróom benn.**
2 **Naka takk ga ?**
3 **Kër Faatu Juuf.**
4 **Faatook ay xaritam.**

5 **Faatu Juuf** (F.) **a ngiy nettali takk ga Astu Sekk** (As.) **ak Ami Sàmb** (Am.), **ay xaritam yu baax.**

6 As. **Naka takk ga ? Bare woon na nit**[1] **?** *ou bien* **Nit ñi bare woon nañu ?**
7 F. **Moon kay ! takk yépp, bii moo leen ëpp ay nit**[2]**.**
8 Am. **Moo gëna bare nit**[2] **takk bi fi amoon keroog ?**
9 F. **Waawaaw !**
10 As. **Déedéet ! nga ne moo ko gëna**[2] **barele**[3] **?**
11 F. **Amaat na ñoo tolloo**[2] **nit, wànte du yées**[4]**.**
12 Am. **Xumboon na de kon ?**
13 F. **Kenn mësula gis lu ni mel**[5]**.**
14 As. **Ñan ñoo**[6] **tëggsi woon ?**
15 F. **Waa kër Duudu Njaay Roos ñoo ñówoon.**
16 Am. **Ñooñu, ñoo fi sut**[2]**.**
17 As. **Xanaa danga fàtte waa kër Aali Géy Sekk ?**
18 Am. **Fàttewuma leen, wànte waa kër Duudu Njaay Roos, ñoo dàqa tëgg ci réew mi.**
19 As. **Ñaata tëggkat lañu woon ?** *ou bien* **Naka la tëggkat yi tollu ?**[7]
20 F. **Fanweer lañu woon** *ou bien* **Matoon nañu fanweer**[8]**.**
21 Am. **Ah ! kon neexoon na.**

VOCABULAIRE

Verbes

nettali	raconter
ëpp	surpasser
tolloo	*(réciproque de* **tollu** "atteindre") être égal
yées	être moins, être inférieur, être pire
xumb	être animé
mel	ressembler
tëgg	battre (du tambour), forger
sut	surpasser, être supérieur *(sens absolu)*
dàq	être plus, être mieux
mat	complet, être au total ; compter
neex	être agréable, être bien
yem	être égal à
niroo	ressembler

Noms

réew (m)	pays
tëggkat (b)	batteur

1 *Seizième leçon.*
2 *Comment était la noce ?*
3 *La maison de Fatou Diouf.*
4 *Fatou et ses amis.*

5 *Fatou Diouf* (F.) *raconte à Astou Seck* (As.) *et Ami Samb* (Am.), *ses bonnes amies, comment était la noce.*

6 As. *Comment était la noce ? Il y avait beaucoup de monde ?*
7 F. *Tu parles ! De toutes les noces, c'est celle où il y avait le plus de monde.*
8 Am. *Il y avait plus de monde qu'à la noce qui a eu lieu ici l'autre jour ?*
9 F. *Ah ! oui !*
10 As. *Ça alors ! Tu veux dire qu'il y en avait encore plus ?*
11 F. *Peut-être bien qu'il y en avait autant ; mais pas moins.*
12 Am. *Alors, c'était très animé ?*
13 F. *On n'a jamais rien vu de semblable !*
14 As. *Qui était venu comme batteurs ?*
15 F. *C'était la famille de Doudou Ndiaye Rose**.
16 Am. *Ceux-là, ils sont vraiment les plus forts.*
17 As. *Est-ce que, par hasard, tu oublies la famille d'Ali Gueye Seck ?*
18 Am. *Je ne les oublie pas, mais ce sont les Doudou Ndiaye Rose qui sont les meilleurs batteurs dans le pays.*
19 As. *Combien étaient-ils de batteurs ?*
20 F. *Ils étaient trente.*
21 Am. *Alors, ça devait être bien !*

* Doudou Ndiaye Rose et Ali Gueye Seck sont des batteurs célèbres. Ils fonctionnent en famille.

Autres

yépp	tous (*non humains, pluriel de* **lépp** : tout)	**keroog**	l'autre jour
		ni	comme

COMMENTAIRE GRAMMATICAL

1) **Bare woon na nit** (ligne 6). Litt. : *C'était abondant de gens,* i.e. *Il y avait beaucoup de monde.* On peut dire aussi : **Nit ñi bare woon nañu** : *Les gens étaient nombreux.* Ceci permet de comprendre la construction de la phrase suivante.

2) Cette leçon est centrée sur les degrés de comparaison. Le wolof n'ayant pas d'adjectifs, les verbes d'état qui en tiennent lieu sont modifiés par des verbes opérateurs ayant le sens de *être plus :* **gën** et **dàq.** *Avoir plus (de quelque chose)* s'exprime par le verbe **ëpp** : *surpasser* (ligne 7). *Avoir autant* s'exprime par le verbe **tolloo,** qui est le réciproque de **tollu** : *atteindre* (ligne 11). La supériorité absolue s'exprime par le verbe **sut** (ligne 16).

Toutes ces constructions utilisent la conjugaison subjective en **moo (a).**

3) Le suffixe **- le** de **barele** (ligne 10) représente **ay nit. Moo ko gëna barele** équivaut à **Moo ko gëna bare ay nit. - le** a donc valeur de substitut pronominal.

4) **Du yées** (ligne 11). **Yées** est un verbe signifiant *être inférieur* ou *être pire.*

5) **Lu ni mel** : *quelque chose de pareil* (ligne 13) ; **mel** : *ressembler, être comme.*

6) **Ñan ñoo** (ligne 14) est le pluriel de **kan moo.**

7) **Tollu** (ligne 19) est ici employé pour exprimer le nombre. Litt. : *Comment atteignent-ils ? Combien étaient-ils ?*

8) **Matoon nañu fanweer** : *Ils étaient trente.* (ligne 20) ; **mat** : *être au complet, être au total.*

EXERCICES

I. Comparaison avec gën.

→ Exercice 1 :
→ *Modèle*

Suma muus rafet na. (sa muus) *Mon chat est beau. (ton chat)*	**Suma muus a gëna rafet sa muus.** *Mon chat est plus beau que ton chat.*

Transformer selon le même modèle :

Piccam dafa rafet. (sa picc) *Son oiseau est beau. (ton oiseau)*	**Piccam a gëna rafet sa picc.** *Son oiseau est plus beau que ton oiseau.*
Téeréem dafa sew. (sa téeré) *Son livre est mince. (ton livre)*	**Téeréem a gëna sew sa téeré.** *Son livre est plus mince que ton livre.*
Wotoom dafa gaaw. (sa woto) *Sa voiture est rapide. (ta voiture)*	**Wotoom a gëna gaaw sa woto.** *Sa voiture est plus rapide que ta voiture.*
Dàllam dañu dëgër. (samay dàll) *Ses souliers sont solides. (mes souliers)*	**Dàllam a gëna dëgër samay dàll.** *Ses souliers sont plus solides que mes souliers.*
Suma lam rafet na. (lamam) *Mon bracelet est joli. (son bracelet)*	**Suma lam a gëna rafet lamam.** *Mon bracelet est plus joli que son bracelet.*
Say lonet dañu lëndëm. (sumay lonet) *Tes lunettes sont sombres. (mes lunettes)*	**Say lonet a gëna lëndëm sumay lonet.** *Tes lunettes sont plus foncées que mes lunettes.*
Suma kër dafa sore. (sa kër) *Ma maison est éloignée. (ta maison)*	**Suma kër a gëna sore sa kër.** *Ma maison est plus éloignée que ta maison.*

Sa xaj dafa soxor. (xajam)	**Sa xaj a gëna soxor xajam.**
Ton chien est méchant. (son chien)	*Ton chien est plus méchant que son chien.*
Ay doomam dañu yaru. (sumay doom)	**Ay doomam a gëna yaru sumay doom.**
Ses enfants sont polis. (mes enfants)	*Ses enfants sont plus polis que mes enfants.*

Rappel. En présence d'un sujet nominal, **moo** se réduit à **a** dans la conjugaison subjective.

→ Exercice 2 :
→ *Modèle*

Suma muus a gëna rafet sa muus.	**Suma muus a gëna rafet sa bos.**
Mon chat est plus beau que ton chat.	*Mon chat est plus beau que le tien.*
Piccam a gëna rafet sa picc.	**Piccam a gëna rafet sa bos.**
Son oiseau est plus beau que ton oiseau.	*Son oiseau est plus beau que le tien.*

Transformer selon le même modèle :

Téereem a gëna sew sa téere.	**Téereem a gëna sew sa bos.**
Son livre est plus mince que ton livre.	*Son livre est plus mince que le tien.*
Wotoom a gëna gaaw sa woto.	**Wotoom a gëna gaaw sa bos.**
Sa voiture est plus rapide que ta voiture.	*Sa voiture est plus rapide que la tienne.*
Dàllam a gëna dëgër sumay dàll.	**Dàllam a gëna dëgër sumay yos.**
Ses souliers sont plus solides que mes souliers.	*Ses souliers sont plus solides que les miens.*
Suma lam a gëna rafet lamam.	**Suma lam a gëna rafet bosam.**
Mon bracelet est plus joli que son bracelet.	*Mon bracelet est plus joli que le sien.*

Say lonet a gëna lëndëm sumay lonet.
Tes lunettes sont plus foncées que mes lunettes.
Suma kër a gëna sore sa kër.
Ma maison est plus éloignée que ta maison.
Sa xaj a gëna soxor xajam.
Ton chien est plus méchant que son chien.
Ay doomam a gëna yaru sumay doom.
Ses enfants sont plus polis que mes enfants.

Say lonet a gëna lëndëm sumay yos.
Tes lunettes sont plus foncées que les miennes.
Suma kër a gëna sore sa bos.
Ma maison est plus éloignée que la tienne.
Sa xaj a gëna soxor bosam.
Ton chien est plus méchant que le sien.
Ay doomam a gëna yaru sumay yos.
Ses enfants sont plus polis que les miens.

→ Exercice 3 :
→ *Modèle*

Sama mbubb rafet na. (sa bos)
Mon boubou est beau. (le tien)

Sama mbubb a gëna rafet sa bos.
Mon boubou est plus beau que le tien.

Transformer selon le même modèle :

Sa muus dafa gàtt. (sama bos)
Ton chat est petit. (le mien)
Piccam dafa rafet. (sa bos)
Son oiseau est beau. (le tien)
Téereem dafa sew. (sa bos)
Son livre est mince. (le tien)
Wotoom dafa gaaw. (suma bos)
Sa voiture est rapide. (la mienne)
Dàllam dañu dëgër. (samay yos)
Ses souliers sont solides. (les miens)

Sa muus a gëna gàtt suma bos.
Ton chat est plus petit que le mien.
Piccam a gëna rafet sa bos.
Son oiseau est plus beau que le tien.
Téereem a gëna sew sa bos.
Son livre est plus mince que le tien.
Wotoom a gëna gaaw suma bos.
Sa voiture est plus rapide que la mienne.
Dàllam a gëna dëgër sumay yos.
Ses souliers sont plus solides que les miens.

Suma lam rafet na. (bosam) *Mon bracelet est joli. (le sien)*	**Suma lam a gëna rafet bosam.** *Mon bracelet est plus joli que le sien.*
Say lonet dañu lëndëm. (yosam) *Tes lunettes sont foncées. (les siennes)*	**Say lonet a gëna lëndëm yosam.** *Tes lunettes sont plus foncées que les siennes.*
Sama kër dafa sore. (sa bos) *Ma maison est éloignée. (la tienne)*	**Suma kër a gëna sore sa bos.** *Ma maison est plus éloignée que la tienne.*
Sa xaj dafa soxor. (bosam) *Ton chien est méchant. (le sien)*	**Sa xaj a gëna soxor bosam.** *Ton chien est plus méchant que le sien.*
Ay doomam dañu yaru. (samay yos) *Ses enfants sont polis. (les miens)*	**Ay doomam a gëna yaru sumay yos.** *Ses enfants sont plus polis que les miens.*

→ Exercice 4 :
→ *Modèle*

Aminata moo gëna rafet Penda. *Aminata est plus belle que Penda.*	**Penda rafetul ni Aminata.** *Penda n'est pas aussi belle que Aminata.*
Aminata moo gëna sew Penda. *Aminata est plus mince que Penda.*	**Penda sewul ni Aminata.** *Penda n'est pas aussi mince que Aminata.*

Transformer selon le même modèle :

Tambaa moo gëna tàng Kawlax. *Tamba est plus chaud que Kaolack.*	**Kawlax tàngul ni Tambaa.** *Kaolack n'est pas aussi chaud que Tamba.*
Omar moo gëna léej Abdu. *Omar est plus turbulent que Abdou*	**Abdu léejul ni Omar.** *Abdou n'est pas aussi turbulent qu'Omar.*

Tene moo gëna soxor gaynde.
La panthère est plus méchante que le lion.

Gaynde soxorul ni tene.
Le lion n'est pas aussi méchant que la panthère.

Wolof moo gëna yomb « *français* ».
Le wolof est plus facile que le français.

« *Français* » yombul ni wolof.
Le français n'est pas aussi facile que le wolof.

« *France* » moo gëna sedd Senegaal.
En France, il fait plus froid qu'au Sénégal.

Senegaal seddul ni « *France* ».
Au Sénégal, il ne fait pas aussi froid qu'cn France.

Garab gii moo gëna féex garab gee.
Cet arbre-ci donne plus d'ombre que cet arbre là-bas.

Garab gee féexul ni garab gii.
L'arbre là-bas ne donne pas autant d'ombre que cet arbre-ci.

Bukki moo gëna ñaaw mbaam.
L'hyène est plus laide que l'âne.

Mbaam ñaawul ni bukki.
L'âne n'est pas aussi laid que l'hyène.

« 404 » moo gëna gaaw « 204 ».
La 404 est plus rapide que la 204.

« 204 » gaawul ni « 404 ».
La 204 n'est pas aussi rapide que la 404.

Ñay moo gëna réy bànjóoli.
L'éléphant est plus gros que l'autruche.

Bànjóoli réyul ni ñay.
L'autruche n'est pas aussi grosse que l'éléphant.

II. Superlatif avec gën

→ *Modèle*

Xale yépp baax nañu. / Duudu *Tous les enfants sont bons. / Doudou*	**Xale yépp, Duudu, moo ci gëna baax.** *De tous les enfants, Doudou est le meilleur.*
Lam yépp rafet nañu. / sumay yos *Tous les bracelets sont jolis. / les miens*	**Lam yépp, sumay yos, ñoo ci gëna rafet.** *De tous les bracelets, les miens sont les plus jolis.*

Transformer selon le même modèle :

Taabal yépp gudd nañu. / bii *Toutes les tables sont longues. / celle-ci*	**Taabal yépp, bii, moo ci gëna gudd.** *De toutes les tables, celle-ci est la plus longue.*
Togg yépp neex nañu. / maafe *Tous les plats sont bons. / mafé.*	**Togg yépp, maafe, moo ci gëna neex.** *De tous les plats, le mafé est le meilleur.*
Lamp yépp leer nañu / bu ndaw bi *Toutes les lampes sont claires. / la petite*	**Lamp yépp, bu ndaw bi, moo ci gëna leer.** *De toutes les lampes, la petite est la plus claire.*
Yàpp yépp saf nañu. / xar *Toutes les viandes sont savoureuses. / mouton*	**Yàpp yépp, xar, moo ci gëna saf.** *De toutes les viandes, la plus savoureuse est le mouton.*
Roplaan yépp gaaw nañu. / « *Concorde* » *Tous les avions sont rapides. / le Concorde*	**Roplaan yépp, « *Concorde* », moo ci gëna gaaw.** *De tous les avions, le Concorde est le plus rapide.*
Xale yépp sopplu nañu. / kii *Tous les enfants sont aimables. / celui-ci*	**Xale yépp, kii, moo ci gëna sopplu.** *De tous les enfants, celui-ci est le plus aimable.*

Sumay mbokk yépp màgget nañu. / suma baay *Mes parents (alliés) sont tous vieux. / mon père*	**Sumay mbokk yépp, suma baay, moo ci gëna màgget.** *De toute la famille, mon père est le plus vieux*
Oteelu Ndakaaru yépp set nañu. / oteel « *Indépendance* » *Tous les hôtels de Dakar sont propres. / hôtel « Indépendance »*	**Oteelu Ndakaaru yépp, oteel « *Indépendance* », moo ci gëna set.** *De tous les hôtels de Dakar, l'hôtel « Indépendance » est le plus propre.*

III. Quantité ou qualité supérieure (de quelque chose).

→ Exercice 1 :

→ *Modèle*

Suma lam baax na. (yow)	**Yow, yaa ma gëna baax lam.**
Mon bracelet est bien. (toi)	*Ton bracelet est meilleur que le mien.*

Attention ! cette construction signifie littéralement : *Tu es meilleur que moi en bracelet.*

Transformer selon le même modèle :

Suma tubéy set na. (moom) *Mon pantalon est propre. (lui)*	**Moom, moo ma gëna set tubéy.** *Lui, il a le pantalon plus propre que le mien.*
Sa woto dafa rafet. (ñun) *Ta voiture est belle. (nous)*	**Ñun, ñoo la gëna rafet woto.** *Nous avons une voiture plus belle que la tienne.*
Làkkam yomb na. (man) *Sa langue est facile. (moi)*	**Man, maa ko gëna yomb làkk.** *Ma langue est plus facile que la sienne.*
Suñu kër neex na. (yeen) *Notre maison est agréable. (vous)*	**Yeen, yeena ñu gëna neex kër.** *Votre maison est plus agréable que la nôtre.*

Seen dëkk réy na. (ñun) *Votre pays est grand. (nous)*	**Ñun, ñoo leen gëna réy dëkk.** *Notre pays est plus grand que le vôtre.*
Wotoom dafa tuuti. (yow) *Sa voiture est petite. (toi)*	**Yow, yaa ko gëna tuuti woto.** *Ta voiture est plus petite que la sienne.*
Sa dëkk sore na. (moom) *Ton pays est loin. (lui)*	**Moom, moo la gëna sore dëkk.** *Son pays est plus loin que le tien.*
Suma làkk jafe na. (moom) *Ma langue est difficile. (lui)*	**Moom, moo ma gëna jafe làkk.** *Sa langue est plus difficile que la mienne.*
Sa woto gaaw na. (moom) *Ta voiture est rapide. (lui)*	**Moom, moo la gëna gaaw woto.** *Sa voiture est plus rapide que la tienne.*
Seen kër set na. (man) *Votre maison est propre. (moi)*	**Man, maa leen gëna set kër.** *Ma maison est plus propre que la vôtre.*
Suma doom dafa yaru. (ñoom) *Mon fils est poli. (eux)*	**Ñoom, ñoo ma gëna yaru doom.** *Leur fils est plus poli que le mien.*
Suñu xaj dafa soxor. (yeen) *Notre chien est méchant. (vous)*	**Yeen, yeena ñu gëna soxor xaj.** *Votre chien est plus méchant que le nôtre.*
Sumay lam bare nañu. (yow) *Mes bracelets sont nombreux. (toi)*	**Yow, yaa ma gëna bare ay lam.** *Tu as plus de bracelets que moi.*

→ Exercice 2 : Emploi du suffixe **-le** pour adverbialiser le terme de la comparaison.

→ *Modèle*

Yaa ma gëna baax lam. *Tes bracelets sont mieux que les miens.*	**Yaa ma gëna baaxle.** *Litt. : Tu l'emportes sur moi en cela (= bracelets)*

Transformer selon le même modèle :

Moo ma gëna set tubey. *Son pantalon est plus propre que le mien.*	**Moo ma gëna setle.** *Le sien est plus propre que le mien.*
Ñoo la gëna rafet woto. *Nous avons une voiture plus belle que la tienne.*	**Ñoo la gëna rafetle.** *La nôtre est plus belle que la tienne.*
Maa ko gëna yomb làkk. *Ma langue est plus facile que la sienne.*	**Maa ko gëna yomble.** *La mienne est plus facile que la sienne.*
Yeena ñu gëna neex kër. *Votre maison est plus agréable que la nôtre.*	**Yeena ñu gëna neexle.** *La vôtre est plus agréable que la nôtre.*
Ñoo leen gëna réy dëkk. *Notre village est plus grand que le vôtre.*	**Ñoo leen gëna réyle.** *Le nôtre est plus agréable que le vôtre.*
Yaa ko gëna tuuti woto. *Ton auto est plus petite que la sienne.*	**Yaa ko gëna tuutile.** *La tienne est plus petite que la sienne.*
Moo la gëna sore dëkk. *Son village est plus éloigné que le tien.*	**Moo la gëna sorele.** *Le sien est plus éloigné que le tien.*
Moo ma gëna jafe làkk. *Sa langue est plus difficile que la mienne.*	**Moo ma gëna jafele.** *La sienne est plus difficile que la mienne.*
Moo la gëna gaaw woto. *Sa voiture est plus rapide que la tienne.*	**Moo la gëna gaawle.** *La sienne est plus rapide que la tienne.*
Maa la gëna set kër. *Ma maison est plus propre que la tienne.*	**Maa la gëna setle.** *La mienne est plus propre que la tienne.*
Ñoo ma gëna yaru doom. *Leur fils est plus poli que le mien.*	**Ñoo ma gëna yarule.** *Le leur est plus poli que le mien.*

Yaa ma gëna bare ay lam. *Tu as plus de bracelets que moi.*	**Yaa ma gëna barele.** *Tu en as plus que moi.*
Yeena ñu gëna soxor xaj. *Votre chien est plus méchant que le nôtre.*	**Yeena ñu gëna soxorle.** *Le vôtre est plus méchant que le nôtre.*

IV. Quantité supérieure (ëpp : *surpasser, avoir plus [en quantité]*)

→ Exercice 1 :

→ *Modèle*

Am naa ay lam. (yow) *J'ai des bracelets. (toi)*	**Yaa ma ëpp ay lam.** *Tu as plus de bracelets que moi.* Litt. : *Tu me surpasses en nombre de bracelets.*

Transformer selon le même modèle :

Am naa ay doom. (moom) *J'ai des enfants. (lui)*	**Moo ma ëpp ay doom.** *Il a plus d'enfants que moi.*
Am nga ay téere. (man) *Tu as des livres. (moi)*	**Maa la ëpp ay téere.** *J'ai plus de livres que toi.*
Am naa ay kër. (yow) *J'ai des maisons. (toi)*	**Yaa ma ëpp ay kër.** *Tu as plus de maisons que moi.*
Am nañu ay xarit. (yeen) *Nous avons des amis. (vous)*	**Yeena ñu ëpp ay xarit.** *Vous avez plus d'amis que nous.*
Am ngeen ay liggéeykat. (ñun) *Vous avez des employés. (nous)*	**Ñoo leen ëpp ay liggéeykat.** *Nous avons plus d'employés que vous.*
Am nga ay mbokk. (ñoom) *Tu as des parents. (eux)*	**Ñoo la ëpp ay mbokk.** *Ils ont plus de parents que toi.*
Am naa ay nag. (yow) *J'ai des vaches. (toi)*	**Yaa ma ëpp ay nag.** *Tu as plus de vaches que moi.*

Am nga ganaar. (moom)
Tu as des poulets. (lui)

Moo la ëpp ay ganaar.
Il a plus de poulets que toi.

Am na cuub. (man)
Il a des indigos. (moi)

Maa ko ëpp cuub.
J'ai plus d'indigos que lui.

Am nañu ay per. (yeen)
Ils ont des perles. (vous)

Yeena leen ëpp ay per.
Vous avez plus de perles qu'eux.

Am ngeen ay gan. (ñun)
Vous avez des hôtes. (nous)

Ñoo leen ëpp ay gan.
Nous avons plus d'hôtes que vous.

Am nga ay picc. (ñoom)
Tu as des oiseaux. (eux)

Ñoo la ëpp ay picc.
Ils ont plus d'oiseaux que toi.

→ Exercice 2 :
→ *Modèle*

Yaa ma ëpp ay lam.
Tu as plus de bracelets que moi.

Yaa ma ëpple.
Tu en as plus que moi.

Transformer selon le même modèle :

Moo ma ëpp ay doom.
Il a plus d'enfants que moi.

Moo ma ëpple.
Il en a plus que moi.

Maa la ëpp ay téere.
J'ai plus de livres que toi.

Maa la ëpple.
J'en ai plus que toi.

Yaa ma ëpp ay kër.
Tu as plus de maisons que moi.

Yaa ma ëpple.
Tu en as plus que moi.

Yeena ñu ëpp ay xarit.
Vous avez plus d'amis que nous.

Yeena ñu ëpple.
Vous en avez plus que nous.

Ñoo leen ëpp ay liggéeykat.
Nous avons plus d'employés que vous.

Ñoo leen ëpple.
Nous en avons plus que vous.

Ñoo la ëpp ay bokk.
Ils ont plus de parents que toi.

Ñoo la ëpple.
Ils en ont plus que toi.

Yaa ma ëpp ay nag. *Tu as plus de vaches que moi.*	**Yaa ma ëpple.** *Tu en as plus que moi.*
Maa la ëpp ay ganaar. *J'ai plus de poulets que toi.*	**Maa la ëpple.** *J'en ai plus que toi.*
Maa ko ëpp ay cuub. *J'ai plus d'indigos que lui.*	**Maa ko ëpple.** *J'en ai plus que lui.*
Yeena leen ëpp ay per. *Vous avez plus de perles qu'eux.*	**Yeena leen ëpple.** *Vous en avez plus qu'eux.*
Ñoo leen ëpp ay gan. *Nous avons plus d'hôtes que vous.*	**Ñoo leen ëpple.** *Nous en avons plus que vous.*
Ñoo leen ëpp ay picc. *Nous avons plus d'oiseaux que vous.*	**Ñoo leen ëpple.** *Nous en avons plus que vous.*

V. Comparaison avec dàq.

Employé seul, **dàq** a le sens de : *être plus joli, plus agréable, meilleur (au goût).*

→ Exercice 1 :
→ *Modèle*

Ami / Faatu *Ami / Fatou*	**Ami / moo dàq Faatu.** *Ami est plus belle que Fatou.*

Transformer selon le même modèle :

attaaya / kafe *thé / café*	**Attaaya moo dàq kafe.** *Le thé est meilleur (ou plus agréable) que le café.*
gitaar / riiti *guitare / vièle*	**Gitaar mo dàq riiti.** *La guitare est plus agréable que la vièle.*
ceebu jén / maafe *riz au poisson / à la viande*	**Ceebu jén moo dàq maafe.** *Le riz au poisson est meilleur que le mafé.*
noppalu / liggéey *se reposer / travailler*	**Noppallu moo dàq liggéey.** *Se reposer est plus agréable que travailler.*

beer / biiñ *bière / vin*	**Beer moo dàq biiñ.** *La bière est plus agréable que le vin.*
Gore / Dakaar *Gorée / Dakar*	**Gore moo dàq Dakaar.** *Gorée, c'est plus beau que Dakar.*
woy bii / woy bale *ce chant-ci / ce chant-là*	**Woy bii moo dàq woy bale.** *Ce chant-ci est plus joli que ce chant-là.*
suma làkk / sa làkk *ma langue / ta langue*	**Suma làkk moo dàq sa làkk.** *Ma langue est plus belle que la tienne.*

→ Exercice 2 :

Employé comme opérateur, **dàq** n'est suivi que par des verbes d'action contrairement à **gën** qui prend tous les types de verbes. Il renvoie à une différence de *qualité*.

→ *Modèle*

Omar / tëgg / Abdu *Omar / battre (le tam-tam) / Abdou*	**Omar moo dàqa tëgg Abdu.** *Omar est meilleur batteur qu'Abdou.*

Transformer selon le même modèle :

lëg /daw / mbonaat *lièvre / courir / tortue*	**Lëg moo dàqa daw mbonaat.** *Le lièvre court plus vite que la tortue.*
Duudu / woy / Pierre *Doudou / chanter / Pierre*	**Duudu moo dàqa woy Pierre.** *Doudou chante mieux que Pierre.*
tene / rëbb / gaynde *panthère / chasser / lion*	**Tene moo dàqa rëbb gaynde.** *La panthère chasse mieux qùe le lion.*

jén / féey / nit
poisson / nager / homme

Jén moo dàqa féey nit.
Le poisson nage mieux que l'homme.

lamp / leeral / sondeel
lampe / éclairer / bougie

Lamp moo dàqa leeral sondeel.
La lampe éclaire mieux que la bougie.

céeli / naaw / pitax
milan / voler / pigeon

Céeli moo dàqa naaw pitax.
Le milan vole mieux que le pigeon.

Faatu / fecc / Ami
Fatou / danser / Ami

Faatu moo dàqa fecc Ami.
Fatou danse mieux qu'Ami.

Abdu / liggéey / Omar
Abdou / travailler / Omar

Abdu moo dàqa liggéey Omar.
Abdou travaille mieux qu'Omar.

Abdu / wax / Omar
Abdou / parler /Omar

Abdu moo dàqa wax Omar.
Abdou parle mieux qu'Omar.

VI. Superlatif traduit par dàq.

→ Exercice 1 :

→ *Modèle*

Waa kër Duudu Njaay Roos / tëgg / tëggkat yi

La famille de Doudou Ndiaye Rose / battre / les batteurs

Waa kër Duudu Njaay Roos ñoo dàqa tëgg ci tëggkat yi.
Doudou Ndiaye Rose et sa famille sont les meilleurs batteurs parmi les batteurs.

Transformer selon le même modèle :

Xale Kaasamaas yi / liggéey / xale yi
Les jeunes Casamançais / travailler / les enfants

Xale Kaasamaas yi ñoo dàqa liggéey ci xale yi.
Les jeunes Casamançais sont les plus travailleurs parmi les enfants.

Ñoominka yi / bëre / mbër yi
Les Niominka / lutter / les lutteurs

Ñoominka yi noo dàqa bëre ci mbër yi.
Les Niominka sont les meilleurs lutteurs parmi les lutteurs.

Fasu Omar / daw / fas yi
Le cheval d'Omar / courir / les chevaux

Fasu Omar moo dàqa daw ci fas yi.
Le cheval d'Omar est le meilleur coureur parmi les chevaux.

Jàllo / togg / toggkat yi
Diallo / faire la cuisine / cuisiniers

Jàllo moo dàqa togg ci toggkat yi.
Diallo est le meilleur cuisinier parmi les cuisiniers.

Séq bii / sab / séq yi
Ce coq / chanter / les coqs

Séq bii moo dàqa sab ci séq yi.
Ce coq est le meilleur chanteur parmi les coqs.

Xale bii / daw / xale yi
Cet enfant / courir / les enfants

Xale bii moo dàqa daw ci xale yi.
Cet enfant est le meilleur coureur parmi les enfants.

Omar / bind / xale yi
Omar / écrire / les enfants

Omar moo dàqa bind ci xale yi.
Omar est celui qui écrit le mieux parmi les enfants.

Musaa / lekk / suma doom yi
Moussa / manger / mes enfants

Musaa moo dàqa lekk ci suma doom yi.
Moussa est celui qui mange le mieux parmi mes enfants.

Soxna / wol / janx ji
Sokhna / piler / les filles

Soxna moo dàqa wol ci janx ji.
Sokna est celle qui pile le mieux parmi les filles.

Astu / fen / dëkk bi

Astou / mentir / la ville

Astu moo dàqa fen ci dëkk bi.
Astou est la plus grande menteuse de la ville.

→ Exercice 2 : Effacement du terme de comparaison
→ *Modèle*

Fasu Omar, moo dàqa daw ci fas yi. *Le cheval d'Omar est le meilleur coureur parmi les chevaux.*	**Moo ci dàqa daw.** *C'est le meilleur coureur.*

Transformer selon le même modèle :

Xale Kaasamaas yi, ñoo dàqa liggéey ci xale yi. *Les jeunes Casamançais sont les plus travailleurs des enfants.*	**Ñoo ci dàqa liggéey.** *Ce sont les plus travailleurs.*
Ñoominka yi, ñoo dàqa bëre ci mbër yi. *Les Niominka sont les meilleurs des lutteurs.*	**Ñoo ci dàqa bëre.** *Ce sont les meilleurs lutteurs.*
Jàllo, moo dàqa togg ci toggkat yi. *Diallo et le meilleur des cuisiniers.*	**Moo ci dàqa togg.** *C'est le meilleur cuisinier.*
Séq bii, moo dàqa sab ci séq yi. *Ce coq est le meilleur chanteur parmi les coqs.*	**Moo ci dàqa sab.** *C'est le meilleur chanteur.*
Xale bii, moo dàqa daw ci xale yi. *Cet enfant est le meilleur coureur parmi les enfants.*	**Moo ci dàqa daw.** *C'est le meilleur coureur.*
Mbër mii, moo dàqa bàkku ci mbër yi. *Ce lutteur est le meilleur à la parade parmi les lutteurs.*	**Moo ci dàqa bàkku.** *C'est le meilleur à la parade.*
Omar, moo dàqa bind ci xale yi. *Omar est celui qui écrit le mieux.*	**Moo ci dàqa bind.** *C'est celui qui écrit le mieux.*

Musaa, moo dàqa jàng ci sama doom yi.
Moussa est celui de mes enfants qui étudie le mieux.

Moo ci dàqa jàng.
C'est le meilleur élève.

Soxna, moo dàqa wol ci janx ji.
Sokhna est celle des filles qui pile le mieux.

Moo ci dàqa wol.
C'est elle qui pile le mieux.

→ Exercice 3 : Mise en relief du terme de comparaison.
→ *Modèle*

Waa kër Duudu Njaay Roos, ñoo dàqa tëgg ci tëggkat yi.
La famille de Doudou Ndiaye Rose, ce sont les meilleurs parmi les batteurs.

Tëggkat yi, waa kër Duudu Njaay Roos, ñoo ci dàqa tëgg.
De tous les batteurs, les gens de la famille de D.N.R., ce sont les meilleurs.

Transformer selon le même modèle :

Waa Kaasamaas yi, ñoo dàqa liggéey ci xale yi.
Ceux de Casamance sont les plus travailleurs parmi les enfants.

Xale yi, waa Kaasamaas ñoo ci dàqa liggéey.
De tous les enfants, ce sont ceux de Casamance qui travaillent le mieux.

Ñoominka yi, ñoo dàqa bëre ci mbër yi.
Les Niominka sont les meilleurs des lutteurs.

Mbër yi, Ñoominka yi, ñoo ci dàqa bëre.
De tous les lutteurs, ce sont les N. qui sont les meilleurs.

Fasu Omar, moo dàqa daw ci fas yi.
Le cheval d'Omar est le meilleur coureur parmi les chevaux.

Fas yi, fasu Omar, moo ci dàqa daw.
De tous les chevaux, c'est le cheval d'O. qui est le meilleur coureur.

Jàllo, moo dàqa togg ci toggkat yi.
Diallo est le meilleur des cuisiniers.

Toggkat yi, Jàllo, moo ci dàqa togg.
De tous les cuisiniers, c'est D. qui est le meilleur.

Séq bii, moo dàqa sab ci séq yi. *Ce coq est le meilleur chanteur parmi les coqs.*	**Séq yi, séq bii, moo ci dàqa sab.** *De tous les coqs, c'est ce coq qui chante le mieux.*
Xale bii, moo dàqa bind ci xale yi. *Cet enfant est celui qui écrit le mieux parmi les enfants.*	**Xale yi, xale bii, moo ci dàqa bind.** *De tous les enfants, c'est cet enfant qui écrit le mieux.*
Musaa, moo dàqa daw ci suma doom yi. *Moussa est celui de mes enfants qui court le mieux.*	**Suma doom yi, Musaa, moo ci dàqa daw.** *De tous mes enfants, c'est M. qui court le mieux.*
Soxna, moo dàqa wol ci janx ji. *Sokhna est celle des filles qui pile le mieux.*	**Janx ji, Soxna, moo ci dàqa wol.** *De toutes mes filles, c'est S. qui pile le mieux.*

→ Exercice 4 : Pronominalisation du terme de comparaison lorsque celui-ci est un complément de lieu.
→ *Modèle*

Waa kër Duudu Njaay Roos, ñoo dàqa tëgg ci réew mi. *Les gens de la famille de D.N.R., ce sont les meilleurs batteurs du pays.*	**Ñoo fi dàqa tëgg.** *Ce sont les meilleurs batteurs ici.*
Samay doom, ñoo dàqa jàng ci ekool bi. *Mes enfants, ce sont eux qui étudient le mieux à l'école.*	**Ñoo fi dàqa jàng.** *Ce sont les meilleurs élèves ici.*

Transformer selon le même modèle :

Waa Kaasamaas, ñoo dàqa liggéey ci réew mi. *Les gens de Casamance, ce sont eux qui travaillent le mieux dans le pays.*	**Ñoo fi dàqa liggéey.**

Ñoominka yi, noo dàqa bëre ci aareen bi. *Les Niominka, ce sont eux qui luttent le mieux dans l'arène.*	**Ñoo fi dàqa bëre.**
Fasu Omar yi, ñoo dàqa daw ci tund wi. *Les chevaux d'O., ce sont eux qui courent le mieux sur les bosses.*	**Ñoo fi dàqa daw.**
Jàllo, moo dàqa togg ci dëkk bi. *Diallo, c'est lui qui cuisine le mieux dans la localité.*	**Moo fi dàqa togg.**
Séq bii, moo dàqa sab ci ngunu li. *Ce coq-ci, c'est lui qui chante le mieux dans le poulailler.*	**Moo fi dàqa sab.**
Xale bii, moo dàqa fen ci gox bi. *Cet enfant, c'est lui qui ment le plus dans le quartier*	**Moo fi dàqa fen.**
Mbër mii, moo dàqa bàkku ci làmb ji. *Ce lutteur-ci est le meilleur à la parade dans l'arène.*	**Moo fi dàqa bàkku.**
Omar, moo dàqa bind ci kalaas bi. *Omar, c'est lui qui écrit le mieux de la classe.*	**Moo fi dàqa bind.**
Musaa, moo dàqa daw ci mbooloo mi. *Moussa, c'est lui qui court le mieux dans ce groupe.*	**Moo fi dàqa daw.**
Soxna, moo dàqa wol ci kër gi. *Sokhna, c'est elle qui pile le mieux dans la maison.*	**Moo fi dàqa wol.**

VII. Égalité

→ *Modèle*

Yow ak Astu (baaxaay) *Toi et Astou (générosité)*	**Yeena tolloo baaxaay.** *Vous êtes aussi généreuse l'une que l'autre. Vous vous égalez en générosité.*
Suma rakk ak suma mag (ci mana wax) *Mon petit frère et mon grand frère (en fait de parler)*	**Ñoo tolloo ci mana wax.** *Ils sont aussi bavards l'un que l'autre.*

Transformer selon le même modèle :

Takku Faatook takku doomu Moor (ay nit) *La noce de Fatou et la noce de la fille de Mor (personnes)*	**Ñoo tolloo ay nit.** *Il y a autant de monde à l'une qu'à l'autre. (Litt. : elles sont égales en personnes.)*
Taabal bii ak taabal bale (ci lépp) *Cette table-ci et cette table-là (en tout)*	**Ñoo tolloo ci lépp.** *Elles se valent en tout.*
Fas wii ak fas wee (geen) *Ce cheval-ci et cheval-là (queue)*	**Ñoo tolloo geen.** *Ils ont la queue aussi longue l'un que l'autre.*
Ndakaaru ak Abijaŋ (rafetaay) *Dakar et Abidjan (beauté)*	**Ñoo tollo rafetaay.** *Elles sont également belles.*
Yow ak janx bii (kawar) *Toi et cette fille (cheveux)*	**Yeena tolloo kawar.** *Vous avez autant de cheveux l'une que l'autre.*
Ñaari xaj yii (coxor) *Ces deux chiens (méchanceté)*	**Ñoo tolloo coxor.** *Ils sont aussi méchants l'un que l'autre.*
Yeen ak ñoom (pexe) *Vous et eux (débrouillardise)*	**Yeena tolloo pexe.** *Vous êtes aussi débrouillards l'un que l'autre.*
Mbër yii (doole) *Ces lutteurs (force)*	**Ñoo tolloo doole.** *Ils sont aussi forts l'un que l'autre.*

Isin bii ak isin bee (liggéeykat)
Cette usine-ci et cette usine-là (travailleurs)
Ngóor sii ak ngóor see (ci man fen)
Ce monsieur-ci et ce monsieur-là (en fait de mentir)

Ñoo tolloo liggéeykat.
Elles ont autant de travailleurs l'une que l'autre.

Ñoo tolloo ci man fen.
Ils sont aussi menteurs l'un que l'autre.

Note sur le système verbal du wolof

I. Temps et aspect

Le wolof n'a pas de temps grammaticaux. Le repérage temporel se fait implicitement par rapport au moment où le locuteur parle (*To* ou Temps origine), en fonction de l'aspect (accompli ou inaccompli) employé. Avec l'accompli, en principe, la référence est au passé, avec l'inaccompli, la référence est à l'actuel, au futur ou à l'intemporel (habituel). L'adjonction des suffixes **-oon** (passé) et **-aan** (passé lointain habituel) situent l'événement comme totalement coupé de *To* et donc révolu, ce qui permet de rendre l'imparfait et le plus-que-parfait français.

L'ensemble des six conjugaisons (également appelées « modes ») est soumis à l'opposition accompli/inaccompli mais avec des variations d'emploi.

1) La conjugaison en **mu**, ou mode neutre, ne permet pas de repérage temporel par rapport à *To*. Son interprétation est contextuelle et son emploi principal (en dehors du registre narratif où il correspond à un passé simple historique ou à un présent de narration) est dans les subordonnées. L'accompli a valeur d'événement ponctuel, l'inaccompli a valeur d'événement duratif. De ce fait, ce mode s'emploie difficilement avec des verbes d'état de type qualificatif (**ñuul** : *être noir*, **mag** : *être grand*, etc.)

2) La conjugaison en **na** (postposée au verbe à l'accompli, antéposée à l'inaccompli), ou mode énonciatif, a valeur d'état résultant, ou résultat présent d'une action passée. Sous sa forme inaccomplie **dina**, ce mode correspond à un futur, donc à ce qu'on peut appeler une visée d'accompli. Il n'a jamais la valeur d'actuel duratif. Il prend aussi la valeur d'habituel, mais, dans ce cas, on trouve souvent un double marquage de l'inaccompli avec la forme **dinay** :

Tux naa.	*J'ai fumé.*
Dinaa tux.	*Je fumerai, je suis fumeur (je fume).*
Dinaay tux.	*Je suis fumeur (je fume).*

3) La conjugaison en **mu ngi**, ou mode présentatif, a essentiellement une valeur d'actualisation. L'événement se passe ou s'est passé sous les yeux ou dans le champ d'expérience direct du locuteur. L'opposition accompli/inaccompli est en partie neu-

tralisée (ce qui compte essentiellement, c'est la mise en situation), sauf dans le cas de verbes à double statut, comme **toog** : *s'asseoir* (verbe d'action), *être assis* (verbe d'état), **taxaw** : *s'arrêter* (verbe d'action), *être debout* (verbe d'état).

Mu ngi toog. *Il est assis.*

Mu ngiy toog. *Il est en train de s'asseoir.*

4) La conjugaison en **dafa** ou mode emphatique du verbe, est privilégiée avec les verbes d'état. Il correspond à un constat pur et simple : **dafa tàng**. *Il fait chaud.* Avec les verbes d'action, son emploi comporte souvent une valeur explicative, justificative ou polémique (dans un dialogue) : **Damay liggéey**. *C'est que je travaille (voilà pourquoi je ne peux venir).*

La forme accomplie renvoie à un événement achevé ou à un état présent (verbes d'état). L'inaccompli prend la triple valeur de :

a- actuel duratif.

b- futur proche, action envisagée.

c- habituel.

Avec un prédicat non verbal, la forme **dafay** est l'un des équivalents du verbe être. Voir note sur le verbe « être », paragraphe IV ci-dessous, p. 216.

5) La conjugaison en **la**, ou mode emphatique du complément, a deux types d'emplois.

a- avec un nom ou un groupe nominal, **la** prend le sens de *être*. Il ne s'emploie qu'à la forme accomplie. **Wolof laa** : *Je suis wolof.* La forme négative est celle du négatif inaccompli **(du). Duma wolof** : *Je ne suis pas wolof.*

b- avec un verbe : dans ce cas, le complément (quel qu'il soit) vient en tête de phrase, suivi de **la**, puis du verbe. Le complément est alors mis en relief. L'accompli comme l'inaccompli sont possibles avec les mêmes oppositions que pour le mode **dafa**.

En outre, c'est le mode utilisé dans les questions portant sur un complément (direct ou indirect, de temps, de lieu, de manière).

Ndakaaru la dem. *C'est à Dakar qu'il est allé.*

Ndakaaru lay dem. *C'est à Dakar qu'il va (en ce moment, demain, de façon habituelle).*

Questions :	**Fan la dem ?**	*Où est-il allé ?*
	Lan lay bind ?	*Qu'est-ce qu'il écrit ?*
	Kan la seeti ?	*Qui est-il allé voir ?*
	Kañ la dem ?	*Quand est-il parti ?*

La forme négative s'obtient en plaçant **du** devant le complément, le reste de la phrase restant inchangé :

Du Ndakaaru lay dem etc.

N.B. : les interrogatifs **fan, lan, kan, naka** peuvent alterner avec les formes **fu, lu, ku, nu** ; dans ce cas on emploie le mode neutre.

Fan lay dem ?	**Fu muy dem ?**	*Où va-t-il ?*
Lan lay def ?	**Lu muy def ?**	*Que fait-il ?*
Kan lay seeti ?	**Ku muy seeti ?**	*Qui va-t-il voir ?*
Naka la tudd ?	**Nu mu tudd ?**	*Comment s'appelle-t-il ?*

6) La conjugaison en **moo**, ou emphatique du sujet, permet de mettre en relief le sujet. L'opposition accompli/inaccompli fonctionne comme pour les deux modes précédents. Avec un nom ou un groupe nominal, la forme **mooy** a le sens de *être*. **Mooy suma xarit** : *C'est lui qui est mon ami.* C'est le mode employé pour les questions portant sur le sujet. **Kan moo ko def ?** : *Qui l'a fait ?* **Kan mooy ñów suba ?** : *Qui vient demain ?*

N.B. **kan moo** peut se réduire à **ku. Ku ko def ?** : *Qui l'a fait ?*.

Ne confondez pas **Ku mu seeti ?** : *Qui est-il allé voir ?* et **Ku ko seeti ?** : *Qui est allé le voir ?*

7) Les énoncés négatifs.

Le wolof possède un mode négatif distinct des modes affirmatifs. On y retrouve l'opposition accompli/inaccompli avec ses valeurs habituelles. Cependant, l'accompli ne situe pas toujours l'action comme antérieure à *To*. **Demuma** : *Je ne suis pas allé*, peut aussi vouloir dire : *Je n'irai pas, je ne veux pas aller...* (refus de l'action à venir).

Ce mode correspond en fait à la négation de l'énonciatif (conjugaison en **na**). Les autres modes peuvent former leur négatif par adjonction de **-ul** uniformément à toutes les personnes : **dama/demul** *je ne suis pas allé ;* **maa demul** *ce n'est pas moi qui suis allé*, etc. En outre, à l'emphatique du complément (en **la**), on peut avoir **du** devant le complément. **Du Ndar laa dem, Kawlax laa dem**. : *Ce n'est pas à Saint-Louis que je suis allé, c'est à Kaolack*. Dans la pratique, le négatif de l'énonciatif est le plus employé. Les phénomènes de mise en relief sont alors neutralisés.

II. Les verbes d'état et les verbes d'action

Une distinction très nette sépare ces deux types de verbes. Les verbes d'état à la forme accomplie correspondent à un présent. A l'inaccompli, ils ne prennent que la valeur d'habituel ou de futur.

Ex : **am naa, amuma** *j'ai, je n'ai pas*
dinaa am *j'aurai, j'ai, (de façon habituelle)*
duma am je n'aurai pas, je n'ai pas, (de façon habituelle).

Les verbes d'état sont cependant combinables tout comme les verbes d'action avec la marque de passé **-oon** et la marque d'antériorité **-ee**. **Dafa rafet** : *Elle est belle.* **Dafa rafetoon** : *Elle était belle.* **Bi mu rafetee** : *Quand elle était belle.*

Il existe deux types de verbes d'état : ceux, intransitifs, qui servent à qualifier (ils correspondent toujours à des adjectifs qualificatifs en français), et ceux, transitifs, qui décrivent une situation non ponctuelle ou intemporelle comme **xam** *savoir*, **bëgg** *vouloir*, **dëkk** *habiter*, **sopp** *aimer*, **dégg** *comprendre, parler (une langue)* etc. Il est à noter que les verbes français correspondants sont également des verbes d'état (ils sont incompatibles avec la marque du duratif « être en train de ».)

III. Les verbes opérateurs

Le wolof possède des verbes semi-auxiliaires ou opérateurs qui permettent de modifier le verbe plein qui les suit. C'est l'opérateur qui attire les marques de personne, mode, aspect, temps **(-oon)** et la négation. Un connecteur **-a** vient s'insérer entre l'opérateur et le verbe plein.

On peut distinguer plusieurs classes d'opérateurs :

a- les modaux : **mën** *pouvoir*, **bëgg** *vouloir*, **war** *devoir*, **bañ** *refuser* etc.

b- les aspectuels : **xaw** *être presque, être un peu, faillir* ; **soog** *venir de*, **mas** *avoir fait une fois*, **faral** *faire souvent*, **gëj** *ne pas avoir fait depuis longtemps*, **yàgg** *faire* ou *être depuis longtemps* etc.

c- Les auxiliaires de comparaison : **gën, dàq** : *être plus etc.*

IV. A la recherche du verbe *être*

Ne cherchez pas ! Le wolof n'a pas d'équivalent exact du verbe *être*. Les prédicats du type *être + adjectif* du français se traduisent toujours par un verbe d'état comme **baax** *être bon, être bien*, **tàng** *être chaud, faire chaud,* **bulo** *être bleu*, **mag** *être grand* etc. On utilise, dans ce cas, de manière privilégiée la conjugaison en **dafa**, ou encore en **na** ; **mu ngi** est également assez fréquent.

Trois autres cas d'emploi du verbe *être* se présentent en français, qui sont traités différemment en wolof.

a- *être* d'identité : *c'est Doudou, il est wolof.*

b- *être* de localisation : *il est ici.*

c- *être* de mise en relief : *c'est lui qui..., c'est lui que..., c'est là que... etc.*

a- L'identité est rendue en wolof par la conjugaison en **la** postposée au nom : **Duudu la** : *C'est Doudou.* **Wolof la** : *Il est wolof.* Ou encore par la conjugaison en **moo** à l'inaccompli : **Mooy Duudu** : *Lui, c'est Doudou.* **Mooy wolof** : *Lui, il est wolof.* (avec un sens contrastif : *lui, il...*). Enfin, par la conjugaison **dafa** également à l'inaccompli (**Dafay wolof** : *C'est un Wolof*) avec une nuance explicative. La négation de l'identité s'exprime par la conjugaison négative inaccomplie en **du. Du Duudu** : *Ce n'est pas Doudou.* **Du wolof** : *Il n'est pas wolof..* **Du moom** : *Ce n'est pas lui.*

b- La localisation s'exprime par le présentatif **mu ngi. Mu ngi fi** : *Il est ici*, ou encore avec le verbe **nekk** : *être, se trouver.* A la forme négative, on utilise la forme négative accomplie de **nekk : nekkuma, nekkuloo, nekku fi**, etc. A la forme interrogative, deux solutions sont possibles :
* sans verbe : **Ana Duudu ?** : *Où est Doudou ?*
* avec **nekk** : **Fan la nekk ?** : *Où est-il ?* **Fan la Duudu nekk ?** *Où est Doudou ?* avec la variante : **Fu mu nekk ?** etc.

c- La mise en relief s'effectue par la conjugaison en **la** pour les compléments, la conjugaison en **moo** pour le sujet :

Bii laa bëgg.	*C'est celui-là que je veux.*
Ndakaaru laay dem.	*C'est à Dakar que je vais.*
Moo ko def.	*C'est lui qui l'a fait.*
Moo koy def.	*C'est lui qui va le faire.*

Place de la marque temporelle **- oon (- woon)** (forme affirmative)

A l'accompli : *noyau verbal* + **-oon**.
A l'inaccompli : *complexe modo-pronominal* + **-oon**.

ACCOMPLI		INACCOMPLI	
− passé	+ passé	− passé	+ passé
Lekk na. *Il a mangé.*	**Lekkoon na.** *Il avait mangé.*	**Dina lekk.** *Il mangera.*	**Doon na lekk.** *Il mangerait, il aurait mangé.*
Dafa lekk. *Il a mangé.*	**Dafa lekkoon.** *Il avait mangé.*	**Dafay lekk.** *Il mange.*	**Dafa doon lekk.** *Il mangeait.*
Xar la lekk. *C'est du mouton qu'il a mangé.*	**Xar la lekkoon.** *C'est du mouton qu'il avait mangé.*	**Xar lay lekk.** *C'est du mouton qu'il mange.*	**Xar la doon lekk.** *C'est du mouton qu'il mangeait.*
Moo lekk xar. *C'est lui qui a mangé du mouton.*	**Moo lekkoon xar.** *C'est lui qui avait mangé du mouton.*	**Mooy lekk xar.** *C'est lui qui mange du mouton.*	**Moo doon lekk xar.** *C'est lui qui mangeait du mouton.*
Mu ngi lekk xar. *Le voilà qui a mangé du mouton.*	**Mu ngi lekkoon xar.** *Le voilà qui avait mangé du mouton.*	**Mu ngiy lekk xar.** *Le voilà qui mange du mouton.*	**Mu ngi doon lekk xar.** *Le voilà qui mangeait du mouton.*
Li mu lekk, xar la. *Ce qu'il a mangé, c'est du mouton.*	**Li mu lekkoon, xar la.** *Ce qu'il avait mangé, c'est du mouton.*	**Li muy lekk, xar la.** *Ce qu'il mange, c'est du mouton.*	**Li mu doon lekk, xar la.** *Ce qu'il mangeait, c'est du mouton.*

Place de la marque temporelle - **oon** (- **woon**) (forme négative)

ACCOMPLI		INACCOMPLI	
– passé	+ passé	– passé	+ passé
Lekkul. *Il n'a pas mangé.*	**Lekkuloon.** *Il n'avait pas mangé.*	**Du lekk.** *Il ne mangera pas.*	**Doonul lekk.** *Il ne mangerait pas, il n'aurait pas mangé.*
Dafa lekkul. *Il n'a pas mangé.*	**Dafa lekkuloon.** *Il n'avait pas mangé.*	**Dafa dul lekk.** *Il ne mange pas.*	**Dafa duloon lekk.** *Il ne mangeait pas.*
Xar la lekkul. *C'est du mouton qu'il n'a pas mangé.*	**Xar la lekkuloon.** *C'est du mouton qu'il n'avait pas mangé.*		
Moo lekkul xar. *C'est lui qui n'a pas mangé du mouton.*	**Moo lekkuloon xar.** *C'est lui qui n'avait pas mangé du mouton.*	**Moo lekkul xar.** *C'est lui qui ne mange pas du mouton.*	
Mu ngi lekkul xar. *Le voilà qui n'a pas mangé du mouton.*	**Mu ngi lekkuloon xar.** *Le voilà qui n'avait pas mangé du mouton.*		
Li mu lekkul, xar la. *Ce qu'il n'a pas mangé, c'est du mouton.*	**Li mu lekkuloon, xar la.** *Ce qu'il n'avait pas mangé, c'est du mouton.*	**Li mu lekkul, xar la.** *Ce qu'il ne mange pas, c'est du mouton.*	

Incidence des pronoms objets

Lekk na xar ca restorah ba. *Il a mangé du mouton au restaurant.*
Lekk na ko fa. *Il l'y a mangé.*

ACCOMPLI		INACCOMPLI	
– passé	+ passé	– passé	+ passé
Lekk na ko fa. *Il l'y a mangé.* **Dafa ko fa lekk.** *Il l'y a mangé.* **Moom la fa lekk.** *C'est ce qu'il y a mangé.* **Moo ko fa lekk.** *C'est lui qui l'y a mangé.* **Mu ngi ko fa lekk.** *Le voici qui l'y a mangé.*	**Lekkoon na ko fa.** *Il l'y avait mangé.* **Dafa ko fa lekkoon.** *Il l'y avait mangé.* **Moom la fa lekkoon.** *C'est ce qu'il y avait mangé.* **Moo ko fa lekkoon.** *C'est lui qui l'y avait mangé.* **Mu ngi ko fa lekkoon.** *Le voici qui l'y avait mangé*	**Dina ko fa lekk.** *Il l'y mangera.* **Dafa ko fay lekk.** *Il l'y mange.* **Moom la fay lekk.** *C'est ce qu'il y mange.* **Moo ko fay lekk.** *C'est lui qui l'y mange.* **Mu ngi ko fay lekk.** *Le voici qui l'y mange.*	**Doon na ko fa lekk.** *Il l'y aurait mangé.* **Dafa ko fa doon lekk.** *Il l'y mangeait.* **Moom la fa doon lekk.** *C'est ce qu'il y mangeait.* **Moo ko fa doon lekk.** *C'est lui qui l'y mangeait.* **Mu ngi ko fa doon lekk.** *Le voici qui l'y mangeait.*

INDEX

établis par Henry Tourneux

Index des notions grammaticales

Index des sujets d'exercices

LISTE DES TABLEAUX

Table des matières

ÉDITIONS KARTHALA

(extrait du catalogue)

Collection *Méridiens*

Bernard LEHEMBRE, *L'île Maurice.*
Christian RUDEL, *La République Dominicaine.*
J. BURNET et J. GUILVOUT, *La Thaïlande.*
Philippe DAVID, *La Côte-d'Ivoire.*
Marie-Paule DE PINA, *Les îles du Cap-Vert.*
Attilio GAUDIO, *Le Mali.*
Philippe L'HOIRY, *Le Malaŵi.*
Catherine BELVAUDE, *La Mauritanie.*
Alain et Denis RUELLAN, *Le Brésil.*
André LAUDOUZE, *Djibouti.*
Pierre VÉRIN, *Madagascar.*
Antonio RALUY, *La Nouvelle-Calédonie.*
P. MOUREN-LASCAUX, *La Guyane.*
Christian RUDEL, *Le Paraguay.*
Catherine BELVAUDE, *L'Algérie.*
J.-P. LOZATO-GIOTARD, *Le Maroc.*
Michel POUYLLAU, *Le Venezuela.*
Christian RUDEL, *L'Équateur.*
Catherine FOUGÈRE, *La Colombie.*
Yvonne FRANÇOIS, *Le Togo.*
Marc MANGIN, *Les Philippines.*
Robert AARSSE, *L'Indonésie.*
Patrick PUY-DENIS, *Le Ghana.*
Marc-Antoine DE MONTCLOS, *Le Nigeria.*
Mihaï E. SERBAN, *La Roumanie.*
Pierre VÉRIN, *Les Comores.*
Marie LORY, *Le Botswana.*
Leonas TEIBERIS, *La Lituanie.*
Daniel JOUANNEAU, *Le Mozambique.*
Pierre PINTA, *Le Liban.*
Marc LAVERGNE, *La Jordanie.*
Attilio GAUDIO, *Les îles Canaries.*
G. FONTAINE, *Mayotte.*
Jane HERVÉ, *La Turquie.*

Collection *Les Afriques*

Bernard LANNE, *Tchad-Libye : la querelle des frontières.*
Amadou DIALLO, *La mort de Diallo Telli.*
Jacques GIRI, *Le Sahel au XXIe siècle.*
Jacques GIRI, *L'Afrique en panne.*
Jacques GIRI, *Le Sahel demain. Catastrophe ou renaissance ?*
Marcel AMONDJI, *Félix Houphouët et la Côte-d'Ivoire.*
Moriba MAGASSOUBA, *L'islam au Sénégal. Demain les mollahs ?*
Comi M. TOULABOR, *Le Togo sous Eyadéma.*
Tidiane DIAKITÉ, *L'Afrique malade d'elle-même.*
René OTAYEK, *La politique africaine de la Libye.*
Fayçal YACHIR, *Enjeux miniers en Afrique.*
François CONSTANTIN, *Les voies de l'islam en Afrique orientale.*
Pascal LABAZÉE, *Entreprises et entrepreneurs au Burkina Faso.*
Gilles DURUFLÉ, *L'ajustement structurel en Afrique.*
Christian COULON, *Les musulmans et le pouvoir en Afrique noire.*
Abdoulaye WADE, *Un destin pour l'Afrique.*
Olivier VALLÉE, *Le prix de l'argent CFA.*
C. GEFFRAY, *La cause des armes au Mozambique.*
S. ELLIS, *Un complot colonial à Madagascar.*
Pierre CLAUSTRE, *L'affaire Claustre.*
Ahmed ROUADJIA, *Les frères et la mosquée.*
M.-C. DIOP et M. DIOUF, *Le Sénégal sous Abdou Diouf.*
Bernard BOTIVEAU *et al., L'Algérie par ses islamistes.*
Claudine VIDAL, *Sociologie des passions (Côte-d'Ivoire, Rwanda).*
David B. COPLAN, *In Township Tonight.*
Éric DE ROSNY, *L'Afrique des guérisons.*
Jean-Claude WILLAME, *L'automne d'un despotisme (Zaïre).*
J.-F. BAYART *et al., Le politique par le bas en Afrique noire.*
Fabien ÉBOUSSI BOULAGA, *Les Conférences nationales en Afrique.*
Jean-Pierre WARNIER, *L'esprit d'entreprise au Cameroun.*
Bogumil JEWSIEWICKI, *Naître et mourir au Zaïre.*
J.-F. BAYART, *Religions et modernité politique en Afrique noire.*
Emmanuel S. NDIONE, *Dakar, une société en grappe.*
Gilles DURUFLÉ, *Le Sénégal peut-il sortir de la crise ?*
F. REYNTJENS, *L'Afrique des Grands Lacs en crise.*
Peter GESCHIÈRE, *Sorcellerie et politique en Afrique.*
Béatrice HIBOU, *L'Afrique est-elle protectionniste ?*
René BUREAU, *Le prophète de la lagune. Les harristes de Côte-d'Ivoire.*
René BUREAU, *Le peuple du fleuve. Sociologie de la conversation chez les Douala.*

<u>Collection ***Dictionnaires et langues***</u>

Apprends l'arabe tchadien (J'), *Jullien de Pommerol P.*
Apprends le bambara (J'), *(+ 8 cassettes), Moralès J.*
Apprends le wolof (J'), *(+ 4 cassettes), Diouf J.-L. et Yaguello M.*
Arabe dans le bassin du Tchad : le parler des Ulâd Eli (L'), *Zeltner J.-C. et Tourneux H.*
Arabe tchadien : émergence d'une langue véhiculaire (L'), *Jullien de Pommerol P.*
Dictionnaire arabe tchadien-français, suivi d'un index français-arabe et d'un index des racines arabes, *Jullien de Pommerol P.*
Dictionnaire caraïbe-français (avec cédérom), *Breton R.P. R.*
Dictionnaire du malgache contemporain (malgache-français et français-malgache), *Rajaonarimanana N.*
Dictionnaire français-éwé, suivi d'un index éwé-français, *Rongier J.*
Dictionnaire français-foulfouldé et index foulfouldé, Dialecte peul de l'Extrême-Nord du Cameroun, *Parietti G.*
Dictionnaire français-haoussa, suivi d'un index haoussa-français, *Caron B. et Amfani A.H.*
Dictionnaire igbo-français, suivi d'un index français-igbo, *Ugochukwu F.*
Dictionnaire peul de l'agriculture et de la nature (Diamaré, Cameroun), *Tourneux H. et Yaya Daïrou*
Dictionnaire pluridialectal des racines verbales du peul (peul-français-anglais), *Seydou C. (dir.)*
Dictionnaire pratique du créole de Guadeloupe (Marie-Galante), *Tourneux H. et Barbotin M.*
Dictionnaire swahili-français, *Lenselaer A.*
Dictionnaire usuel yoruba-français, suivi d'un index français-yoruba, *Sachnine M.*
Dictionnaire wolof-français et français-wolof, *Diouf Jean-Léopold*
Grammaire fondamentale du bambara, *Dumestre G.*
Grammaire moderne du Kabyle, *Naït-Zerrad K.*
Grammaire pratique de l'arabe tchadien, *Jullien de Pommerol P.*
Langues africaines (Les), *Heine Bernd*
Nord-Cameroun à travers ses mots (Le), *Seignobos C. et Tourneux H.*
Syntaxe historique créole, *Alleyne M.*
Vocabulaire peul du monde rural, Maroua-Garoua (Cameroun), *Tourneux H. et Yaya Daïrou*

Achevé d'imprimer en juin 2004
sur les presses de la Nouvelle Imprimerie Laballery
58500 Clamecy
Dépôt légal : juin 2004
Numéro d'impression : 406141

Imprimé en France